குரலி
(சிறுகதைகள்)

அண்டனூர் சுரா

நியூ செஞ்சுரி புக் ஹவுஸ் (பி) லிட்.,
41-பி, சிட்கோ இண்டஸ்டிரியல் எஸ்டேட்,
அம்பத்தூர், சென்னை - 600 050.
☎: 044 - 26251968, 26258410, 48601884

Language: Tamil

Kurali

(Sirukathaigal)

Author : **Andanoor Sura**

First Edition: January, 2024

Copyright: Author

No.of Pages: 118

Publisher:

New Century Book House Pvt. Ltd.,

41-B, SIDCO Industrial Estate,

Ambattur, Chennai - 600 050.

Tamilnadu State, India.

Email: info@ncbh.in

Online: www.ncbhpublisher.in

ISBN. 978 - 81 - 2344 - 584 - 7

Code No. A 4964

₹ 150/-

Branches

Ambattur 044 - 26359906 **Spenzer Plaza (Chennai)** 044-28490027 **Trichy** 0431-2700885 **Pudukkottai** 04322- 227773 **Thanjavur** 04362-231371 **Tirunelveli** 0462-4210990, 2323990 **Madurai** 0452-2344106, 4374106 **Dindigul** 0451-2432172 **Coimbatore** 0422-2380554 **Erode** 0424-2256667 **Salem** 0427-2450817 **Hosur** 04344-245726 **Krishnagiri** 04343-234387 **Ooty** 0423-2441743 **Vellore** 0416-2234495 **Villupuram** 04146-227800 **Pondicherry** 0413-2280101 **Nagercoil** 04652-234990

குரலி

(சிறுகதைகள்)

ஆசிரியர்: **அண்டனூர் சுரா**

முதல் பதிப்பு: ஜனவரி, 2024

அச்சிட்டோர்: **பாவை பிரிண்டர்ஸ் (பி) லிட்.,**

16 (142), ஜானி ஜான் கான் சாலை, இராயப்பேட்டை, சென்னை - 14

☎: 044-28482441

All rights reserved. No part of this book may be reprinted or reproduced or utilised in any form or by any electronic, mechanical, or other means, now known or hereafter invented, including photocopying and recording, or in any information storage or retrieval system, without permission in writing from the publishers.

சமர்ப்பணம்

எழுத்தாளர் **செம்பை மணவாளன்** அவர்களுக்கு...

நன்றி

ஆனந்தவிகடன் | ஆஸ்திரேலியா - அக்னிக்குஞ்சு | கனவு | கண்ணாமூச்சு | இலங்கை ஞானம் | சஞ்சிகை | உயிர் எழுத்து | அந்திமழை | தாமரை | கணையாழி | புரவி | மல்லிகை மகள் | கவிதை உறவு | கொலுசு

கதையின் கதை

அப்போது அவருக்கு இருபது வயது. ஒரு நாள் தூங்கி எழுகையில் அவரது ஒரு விரல் பேனாவாக உருமாறியிருந்தது. தரையில், சுவரில், மரங்களில் கிறுக்கத் தொடங்கினார். எழுத்து வந்தது.

அவருக்கு ஒரு சிங்கத்தைக் கதையாக எழுத வேண்டும் போலிருந்தது. சிங்கத்தின் பெருமைகளை எழுதினார். முடித்துப் பார்க்கையில் சிங்கத்தின் கதை எலியின் கதையாகியிருந்தது. அடுத்து யானைகளின் கதையை எழுதினார். எறும்புகளின் கதையானது.

அவருக்கு மீசைகளின் கம்பீரத்தை எழுத வேண்டுமென நீண்ட நாள் ஆசை. தாடிகளின் சோகத்தைப் பேனா எழுதிச் சென்றது. வேட்டிகளை எழுதினார். தாவணிகளை எழுதியது.

தானொன்று எழுத பேனாவொன்று எழுதுகிறதே என்று எழுதுவதை நிறுத்தினார். பேனா வளரத் தொடங்கி, முனை முள்ளாக மாறி அவரை வருத்தத் தொடங்கியது. தொடர்ந்து எழுதியாக வேண்டிய நெருக்கடிக்கு உள்ளானார். எழுதியெழுதி பேனாவின் நீளத்தைக் குறைப்பதைத் தவிர அவருக்கு வேறு வழி தெரியவில்லை.

ஒரு மாளிகை குறித்து எழுதினார். மாடமாளிகை. முழுமையாக எழுதி முடிக்கையில் மாளிகை குலைந்து சரிந்து குடிசையாகியிருந்தது. அவருக்குப் புரியவந்தது. இந்தப் பேனா யாருக்கானது, எதை மட்டும் எழுதுமென்று.

பிறகு அவர் ஒரு கதை எழுதினார். குருவியின் கதை. கூடு இழந்த குருவியின் கதை.

-அண்டனூர் சுரா

பொருளடக்கம்

1. குரலி — 9
2. ஊத்தா குத்து — 18
3. சிணுங்கி — 29
4. அலுக்கை வாசனை — 39
5. அம்மைப் பூக்கள் — 48
6. சவப்பெட்டி — 56
7. கற்பூரவள்ளி — 66
8. எறும்புக் குஞ்சு — 77
9. ஊழியம் — 86
10. துயிலி — 96
11. பெருந்திணை — 106

குரலி

குடியுரிமைத் திருத்தச் சட்டம் நாடாளுமன்றத்தில் முன்மொழிந்த நாளன்றுதான், அவர் காணாமல் போயிருந்தார். அவர் தங்கியிருந்த அறைக்கு இரு மாத வாடகையும், பல்கலைக்கழகத்திற்கும் வெளியே மேம்பாலத்தையொட்டிய சிற்றுண்டிக் கடையில் இருநூறு ரூபாயும் அவர் பெயரில் வரவேண்டிய பாக்கிகளாக இருந்தன. அறையை வாடகைக்கு விட்டிருந்தவர், "இதுக்குத்தான் வெளிநாட்டு ஆளுவளுக்கு நான் அறைய வாடகைக்கு விடுறதில்ல" என்பதாக வெதும்பிக்கொண்டிருந்தார். காணாமல் போனவர் மீது இரக்கமோ அவர் என்னாகியிருப்பார் என்கிற கவலையோ அவரிடம் இருந்திருக்கவில்லை. "ஒரு வாரம் பார்ப்பேன். வரலையென்றால், அறையிலிருக்கிற சாமான்கள அள்ளி வெளியே எறிஞ்சிட்டு கேட்கிற ஆளுக்கு அறைய விட்டுருவேன்..." என்பதாகப் பொரிந்துகொண்டிருந்தார்.

சிற்றுண்டிக் கடைக்காரருக்கு இதயமிருக்கிற இடத்தில் கொஞ்சம் ஈவிருந்தது. அவர், வைத்துச்சென்ற கடன் பாக்கியை ஒரு பொருட்டாக நினைக்கவில்லை. அவரது பாவியங்களை நினைவுகூர்பவராக இருந்தார். ஞானசூரி காணாமல் போன செய்தியை எனக்கு முதலில் சொன்னவர் அவர்தான். அதைக் கேட்கையில் என் முன் கையிடத்து வளையல்கள் நழுவி கீழே விழுந்தன.

ஞானசூரி தமிழ்ப் பல்கலைக்கழகம் மொழிப்புலம், முனைவர் பட்ட மாணவர். தமிழ் வேர்ச்சொல் ஆய்வு என்பதைப் பிறவிப் பெருங்கடல் என்றுதான் சொல்ல வேண்டும். அவ்வளவாக யாரும் விரும்பி இறங்காத புலத்தில் வேர்ச்சொற்களைக் களைந்தெடுக்கும் தலைப்பின்கீழ் ஆய்வு மாணவராக இருந்தார். ஓரிரு மாதங்களில் ஆய்வேட்டை ஒப்படைக்கும் இறுதிக் கட்டத்திற்கு வந்திருந்தார். அவரது வழிகாட்டுநர் பேராசிரியர் சோமசுந்தரம் எனக்கும் வழிகாட்டுநர் என்பதால் அவர் மூலமாக ஞானசூரி எனக்கு அறிமுகமானார்.

பெயர்க்கேற்ப யாரையும் எளிதில் கவர்ந்திடும் முகம். முறுவல் பூக்கும் உதடுகள். கறள் நிறத்தவர். ஆதித்தமிழன் இப்படியாக இருந்திருப்பான் எனச் சொல்லும்படியான உடற்தினவு. துக்கம் ஓடிக்கிடக்கும் செந்நரம்புகளுக்கிடையில் நம்பிக்கை பூக்கும்படியான ஒளிவட்டக்கண்கள். அவரை நான் முதலில் பார்க்கையில் வேற்று

மாநிலத்தவராக இருப்பாரென நினைத்துக் கையை உயர்த்தி, 'ஹாய்' என்றேன். பதிலுக்கு அவர் கும்பிட்டபடி, 'வணக்கம்' என்றார். அவரது வணக்கத்தில் சுத்தம் சுபாவமாக இருந்தது. ஒரு முனைவர் பட்ட ஆய்வாளரிடம் கொஞ்சமேனும் இருந்தாகவேண்டிய கர்வம் அறவேயற்று பெற்றமென இருந்தார்.

'இவளது பெயர் அமிர்தா. புதுக்கோட்டை. முனைவர் பட்ட முதலாமாண்டு மாணவி' என்பதாக அவருக்கு என்னை அறிமுகப் படுத்திவைத்தார். ஞானசூரி என்னை ஆசீர்வதிக்கும் முகமாய் நெஞ்சுக்கு ஒரு கையைக் கொடுத்து, "என்ன தலைப்பில ஆய்வு செய்றீங்க?" எனக் கேட்டார்.

"ஈழத்தமிழில் ஆதித்தமிழ் மொழிச்சுவடுகள்" என்றேன்.

என் தலைப்பைக் கேட்டதும் அவரது இமைகள் நெற்றிக்கு ஏறி இறங்கின. "உங்கள் வகிபாகத்தால் தமிழ் நற்றமிழுறும்" என்றவர், என்னைப் பார்த்து சிரித்துவைத்தார்.

எங்களின் முதல் சந்திப்பு நடந்தேறிய இடம், 'த' வடிவக் கட்டிடமாக இருந்தது. கட்டிடத்தைச் சுற்றிலும் புதர், செடி, கொடி களாக இருந்தன. கட்டிடச் சாளரம் வழியே மரக்கிளைகள், பூந்தாதுக்கள் தென்றலை வாரியிறைத்தன. கட்டிடத்தின் வாயிலிடத்தில் ஒரு பூவரசு மரமிருந்தது. அம்மரத்தின் ஒரு கிளையில் ஒரு குயிலும் அடைக்கலான் குருவியும் அருகருகே அமர்ந்தவாறு அலகுகளால் கொத்தி விளையாடிக் கொண்டிருந்தன. ஞானசூரி அவ்விரு பறவைகளையும் வைத்த கண் எடுக்காமல் பார்த்தார். வேறினப் பறவைகள் அவை. இனம் மறந்து விளையாடியதைப் பார்க்க எனக்கு வியப்பாக இருந்தது. எனது பார்வைக் குவியம் அப்பறவைகளைப் பார்ப்பதைக் காட்டிலும் ஞானசூரி உச்சரித்த 'வகிபாகம்' என்கிற சொல் மீதிருந்தது. 'வகிபாகம்' என்னவோர் அழகான சொல், இதன் பொருள் என்னவென்று தேடத் தொடங்கினேன்.

பேராசிரியர் சோமசுந்தரம் என் சிந்தனையை அவர் பக்கமாகத் திருப்பினார். ஞானசூரியை அவருக்கும் அருகினில் அழைத்து தோளிட்டவராய் எனக்கு அறிமுகம் செய்தார். "இவரது பிறந்தகம் முள்ளிவாய்க்கால். யாழ்ப்பாணப் பல்கலைச்சாலையின் முன்னாள் மாணவர். இறுதிக்கட்டப் போரில் குடும்பத்தை இழந்து ஏதிலியாக தமிழ்நாட்டுக்கு வந்தவர். இங்கேயே தங்கி ஆய்வு செய்து வருகிறார்."

அவரை வியப்புடன் பார்க்க ஒன்றுக்கும் மேற்பட்ட விடயங்கள் அவரிடமிருந்தன. நான் ஞானசூரியிடமிருந்து பார்வையை எடுத்துப்

பேராசிரியரைப் பார்த்தவளாய், "அப்படிங்களா சார்?" என்றவள், சார் என உச்சரித்த நாவை இறுக ஒரு கடி கடித்து "சாரி, அய்யா" என்றேன்.

"ஏன் சாரி. பொறுத்தருள்க எனச் சொல்லிருக்கலாமே" என்றார் ஞானசூரி.

"மன்னிக்க வேணும்" என்றேன்.

ஞானசூரி முன் உதடுகளால் சிரித்தார். மாந்தளிரில் அசோகத்தளிர் உரசுவதைப் போல அவரது உதட்டு அசைவுகள் இருந்தன.

என் ஆய்வு, ஈழத்தமிழுடன் தொடர்புடையது என்பதால் ஞானசூரியுடன் தினமும் உரையாட வேண்டியதாக இருந்தது. அவர் உச்சரித்த வகிபாகம் சொல் குறித்து ஆராய விரும்பி, மொழிப்புல நூலக அகரமுதலிகளைப் புரட்டினேன். தற்கால ஈழத்தமிழ், வேர்ச்சொல் அகரமுதலி... என்று பலவற்றில் தேடியும் அச்சொல்லைக் கண்டுபிடிக்க முடியவில்லை.

இச்சொல் குறித்து ஞானசூரியிடம் கேட்டேன். "இந்தச் சொல் பேராசிரியர் கார்த்திகேசு சிவதம்பி தமிழுக்குக் கண்டுகொடுத்த சொல். கொழும்பு இதழியல் கல்லூரி - ஊடகத்துறை தொடர்பான ஒரு நூலுக்கு அவர் அணிந்துரை எழுதுகையில், ஏதேனும் ஒரு துறையில் யாரேனும் ஒருவர் முக்கிய பங்களிப்பு செய்வதை வரலாற்று ரீதியாகக் குறிப்பிடுவதாக இருந்தால் அதனை வகிபாகம் என்று குறிப்பிடுவது பொருத்தமாக இருக்குமென"க் குறிப்பிட்டு எழுதியதை என்னிடம் பகிர்ந்துகொண்டார்.

ஞானசூரியின் இத்தகவல் எனக்குத் தேவையானதாக இருந்தது. இதுபோன்ற சொல்லுக்காக அவரிடம் தினமும் உரையாடினேன். நாங்கள் அதிகம் சந்தித்து உரையாடிய இடம் பல்கலைக்கழக நூலகமாக இருந்தது. இந்தியப் பாராளுமன்றம் வடிவிலான கட்டிடம் அது.

ஒரு நாள் இந்தக் கட்டிடம் குறித்து உரையாடுகையில் எனக்குள் புகுந்து திருத்தினார். "பாராளுமன்றம் எனச் சொல்லாதீங்க. நாடாளுமன்றமெனச் சொல்லுங்க."

"இரண்டும் ஒண்ணுதானே?" என்றேன்.

"எப்படி ஒன்றாக முடியும். பாராளுமன்றம் நம்மை ஆண்ட பிரிட்டிஷாருக்குப் பொருந்தும். அவர்கள் உலகை ஆண்டவர்கள். இந்தியா அப்படியல்ல."

அவரை நான் வியப்புறப் பார்த்து, "நல்லா சொன்னீங்க" என்றேன்.

"இது நான் சொன்னதில்ல, இராஜாஜி சொன்னது" என்றார்.

இப்படி நிறைய சொன்னவர் அவர். சேடிஸ்ட் என்கிற சொல்லின் தமிழ்ப்பதம் அஞுரி; சர்ப் என்றால் பொங்கோதம்; ஒள்ளி என்பதே ஒளியானது; மிசை என்பது மீசை... இப்படி.

நான் எதையேனும் தவறாக உச்சரித்தால் என்னை முற்றாள், முற்றாள் எனத் திட்டுவார். ஒரு நாள் சொன்னேன், "அய்யே, முற்றாள் அல்ல, முட்டாள்." என் ஒரு பக்கக் காது மடலைக் கிள்ளியவர், "முற்றாள் என்பதே முட்டாள் என்றானது. அறிவுக்கு இடமில்லாம உடல் முழுதும் வெற்று ஆள் என்பது இதன் பொருள்" என்றார். அனலி, ஓலக்கம், கறள், காலதர்... இப்படி நிறைய சொற்களை எனக்கு அவர் அறிமுகம் செய்தார். அவரைத் தேடிக் கண்டுபிடிக்க வேண்டியது என் இதயத்திற்கு அவசரத் தேவையாக இருந்தது.

இதற்கும் முன்பு அவர் அறையெடுத்துத் தங்கியிருந்த பெரிய கோவிலையொட்டிய அறையில் சென்று விசாரித்தேன். அவருக்கு நெருக்கமான நண்பர்கள் வல்லத்திலும் சூரக்கோட்டையிலும் இருக்கிறார்கள். அவர்களிடம் விசாரித்துப் பாருங்கள் என்றார்கள். அவர்களது வீடுகளுக்குச் சென்று விசாரித்தேன். எங்கு விசாரித்தும் அவர் குறித்த நம்பிக்கையான செய்தி எனக்குக் கிடைக்கவில்லை.

ஞானசூரியிடம் நான் நெருங்கிப் பழகியதன் பிறகு எங்களுக்குள் எந்த ரகசியமும் இருந்திருக்கவில்லை. அவர் கண் முன்னே உடன் பிறந்த சகோதரி சீரழிந்து சிங்கள இராணுவத்தினரால் கொல்லப்பட்ட துயரத்தையும்கூட அவர் என்னிடம் பகிர்ந்திருக்கிறார். என்னிடம் சொல்லாமல் அவர் எங்கேயும் சென்றதில்லை. அப்படியே சென்றாலும் பாம்பின் காலை பாம்பறிவதாய் அதை நான் மோப்பம் பிடித்து விடுகிறவளாய் இருந்தேன். அவரது உள்ளத் தடாகத்திலிருக்கும் எண்ணச் சுவடுகளைக் கண்டுபிடிக்க முடிந்த என்னால் அவர் தொலைந்துபோன சுவட்டைக் கண்டுபிடிக்க முடியவில்லை.

ஆளும் அரசு, இரண்டாம் முறையாக ஆட்சியமைத்த நாட்கொண்டு அவர் டெல்லி அரசியலைக் கவனித்து வருபவராக இருந்தார். ஈழ ஏதிலிகளை இந்திய அரசு தன் குடிமக்களாக ஏற்கப்போகிறது என்கிற செய்தியை அவர் யார் மூலமோ தெரிந்து வைத்திருந்தார்.

அச்செய்தியை என்னிடம் அவர் பகிர்ந்து அகம் மலர்ந்தார். "அமிர்தா, நானும் நீயும் நாமாகப் போகிறோம்" என்றவரின் கண்கள் கலங்கி உதடுகள் கூட்டுக்கு ஏங்கும் உயிராகத் துடித்தன.

"ஒரு நாள் கரிகாற்சோழன் அரங்கத்தில் கவிதை படித்தேனே நினைவிலிருக்கிறதா அமிர்தா. நீ வசிக்க வீடு இல்லையெனத் தவிக்கிறாய். நான் வாழ நாடில்லையெனத் தவிக்கிறேன்."

"ஆம், இருக்கிறது சூரி."

"அக்கவிதை விரைவில் பொய்க்க இருக்கிறது" என்றவர் எனது இரு கைகளையும் இறுகப் பிடித்துக்கொண்டு ஈரம் கசிய கண்களில் ஒற்றிக்கொண்டார்.

"ஒரு வேளை, நீங்கள் நினைக்கிறது நடக்காது போனால்?" இதை நான் சொல்கையில் ஒரு நகரப் பேருந்து உரக்க ஒலியெழுப்பியபடி சென்றது.

"என்னவோ கேட்டாயே?" என்றார் இமைகளை அத்தனை வேகமாகச் சிமிட்டிக்கொண்டு.

நான் சொன்னது அவருக்குக் கேட்காதது, ஒரு வகையில் நல்லதாக இருந்தது.

"சரி, கிளம்பலாமா?" என்றேன்.

ஞானசூரி கைகளைத் தட்டிக்கொண்டு சிரித்தார். ஞானக்கூத்தன் வகைச் சிரிப்பு அது. இலட்சத்தில் ஒருவருக்குத்தான் இப்படியாகச் சிரிப்பு வரும். "இந்தப் பூமி சுற்றுவது உண்மைதான் அமிர்தா" என்றார். அவர் அப்படியாகச் சிரித்ததற்கும் சொன்னதற்கும் ஒரு காரணமிருந்தது. "சரி, கிளம்பலாமா?" என்பது அவர் வழக்கமாக என்னிடம் கேட்கும் கேள்வி. அன்றைய தினம் அவரது குரலில் நான் கேட்டிருந்தேன்.

ஒரு நாள் இருவரும் முள்ளிவாய்க்கால் முற்றத்திற்குச் சென்றோம். நான் பார்க்கவேண்டிய இடமாக அது இருந்தது. ஒரு நகரப் பேருந்தின் கடைசி இருக்கையில் அமர்ந்தபடி பயணித்தோம். முற்றத்திற்குள்ளாக காலெடுத்து வைக்கையில் வானத்தில் ஒரு ஜெட் விமானம் இறைந்து சென்றது. அவர் பதற்றத்திற்கு உள்ளானார். என்னை விட்டுவிட்டு மறைவான இடத்திற்கு ஓடினார். அவர் பின்னே ஓடி, அவரது கையைப் பற்றினேன். "வேண்டாம் அமிர்தா."

"ஏன்?"

அவரால் ஒன்றும் பேசமுடியவில்லை. ஜெட் விமானத்தின் பேரிரைச்சல் அவரை நிலைகுலையச் செய்தது.

“ஞானசூரி, நானொன்று கேட்கலாமா?”

அவரது கண்கள் என் பக்கமாகத் திரும்பி, என்ன என்று கேட்பதைப் போல பார்த்தன.

“இப்படியாக இன்னொரு முறை என்னை விட்டுட்டு ஓடிட மாட்டீங்களே?”

அவர், முகத்தைச் சட்டென திருப்பிக்கொண்டார். நான் அவரது கையை இறுகப் பிடித்தவளாய் தோளில் சாய்ந்துகொண்டேன். அவரிடமிருந்து எழுந்த வியர்வை, உடலின் தகிப்பு, என் மூச்சுக்கு இதமாக இருந்தது. எங்கள் இருவரின் இதயத்துடிப்புகளும் ஒன்று போலத் துடித்தன.

அவரது தோளில் நான் சாய்ந்திருக்க, அவரது விரல்கள் என் கூந்தலை கோதிக்கொடுத்தன. பேருந்து சாளரம் வழியே உடுக்கை இடையென வளைந்தோடும் காவிரி, காவிரிக் கரையோர ஞாழல் மரங்கள்; அதில் பூத்துச் சொரிந்திருக்கும் வெண்சிறு கடுகைப் போன்ற சிறு பூக்கள்; மருத மரத்தின் செம்மலர்கள், பழம், பூ, மீன் கடைகள்... என யாவற்றையும் ரசித்தவர்களாய் திரும்பினோம்.

எனக்கும் அவருக்குமான உறவுக்கு என்ன பெயர்? அருள் என்பதா, அன்பு என்பதா? தொடர்பில்லாதவரிடம் உண்டாகும் இரக்கம் அருள். தொடர்புடையாரிடம் உண்டான காதல் அன்பு. முன்னோர் சொன்னது நினைவுக்கு வந்தது. அருளா, அன்பா? நான் அருளெனும் அன்பீன் குழவியோ, திருவள்ளுவர் போக்கில் தேடினேன்.

“அவருக்கும் உனக்கும் என்னடி?” என் தோழிகள் கேட்டார்கள்.

“அவரது நெஞ்சினில் பூக்கும் குரலிப்பூவடி நான்” என்றேன்.

என் தோழிகள் முத்துசிந்துவதெனச் சிரித்து, “அவர் கையையும் காலையும் தூக்கத் தூக்கும் ஆடிப் பாவையடி நீ” என்றார்கள். இதைச் சொல்லிக் கேட்கையில் என் காது மடல்கள் நாணின.

ஆற்றொழுக்கான எங்கள் பயணத்தில் இந்திய குடியுரிமைத் திருத்தச் சட்டம் குறுக்கீடானது. என்றைக்கு அப்படியொரு சட்டம் பேசும் பொருளானதோ அதன்பிறகு என் பெயரை அவர் உச்சரிக்க மறந்திருந்தார். எந்நேரமும் டெல்லி, டெல்லி என்றே இருந்தவர்.

ஒருநாள் அவரிடம் கோபமாகக் கேட்டேன். "நீங்கள் என்னைக் காதலிக்கிறீங்களா, இல்லை டெல்லியைக் காதலிக்கிறீங்களா?"

அவர் நின்று நிதானமாக என்னைப் பார்த்தார். என்னைப் பார்த்தல் என்பது என் கண்களைப் பார்ப்பதாக இருந்தது.

"என்னை ஏமாத்திடுவீங்களோனு பயமா இருக்கு சூரி?"

"எனக்கும்கூட அப்படித்தான் இருக்கு. டெல்லி என்னை ஏமாற்றி விடுமோனு."

அன்றைய தினம் என்னிடம் அவர் சரியாக முகம் கொடுத்துப் பேசிடவில்லை. அவரது பார்வை, கவனம், ஏக்கமெல்லாம் டெல்லியின் மீதிருந்தது.

ஞானசூரி காணாமல் போன செய்தி பல்கலைக்கழகத்திற்குள் பேசும் பொருளானது. அவரைத் தேடி பலரும் மொழிப் புலத்திற்கு வருவதாக இருந்தார்கள். ஒருநாள் ஒரு வட்டிக்கடைக்காரர் வந்தார். அவரது கையில் ஞானசூரியின் கடவுச்சீட்டு இருந்தது. அதைக் காட்டியபடி இதை அடமானம் வைத்து தேர்வுக் கட்டணத்திற்காக இருபதாயிரம் ரூபாய் கடன்வாங்கியதாகவும் இதுநாள் வரை வட்டி தரப்படவில்லை எனவும் சொன்னார். "இதெல்லாம் உனக்குத் தெரியுமா?" எனக் கேட்பதைப் போல என் தோழிகள் என்னைப் பார்த்தார்கள். நான் மடந்தையாக உதடுகளைச் சுழித்தேன்.

ஞானசூரியின் முகநூல் பக்கம் முடமாகி இருந்தது. கடைசியாக அவர் இடுகை செய்த 'விரைவில் ஒரு நற்செய்தி' என்கிற பதிவுடன் நின்றிருந்தது. அப்பதிவுக்கு அறுபத்தேழு விருப்பங்கள் விழுந்திருந்தன. ஒன்றிரண்டு பேர் கருத்து பதிவிட்டிருந்தார்கள். அவரது முகநூலின் உள்பெட்டிக்குத் தொடர்ந்து நான் கேள்விகள் அனுப்புவதாக இருந்தேன். "எங்கே இருக்கீங்க சூரி?"

என் தோழிகள் புலனம் வழியே அவரது புகைப்படத்தைப் பதிவேற்றி, இவர் கொஞ்ச நாட்களாகக் காணவில்லையெனவும் இவரை எங்கேயேனும் பார்க்க நேர்ந்தால் தகவல் தெரிவிக்கும்படியும் பதிவிட்டார்கள்.

ஒரு நாள் காவல் துறையினரின் விசாரணைக்கு நான் அழைக்கப் பட்டேன். அவர்கள் பதிவுசெய்த முதல் தகவல் அறிக்கையில் என் பெயரைச் சேர்த்திருந்தார்கள். நாங்கள் கைகோர்த்துக்கொண்டு உலாவிய கோவில், குளம், பூங்கா, நூலகம்... எல்லா இடங்களிலும்

அவர் குறித்த கேள்விகள் இருந்தன. அவருக்கு நானும் எனக்கு அவரும் அனுப்பிய குறுந்தகவல்களை எடுத்து வைத்துக்கொண்டு காவல் துறையினர் கேட்ட புல்லுரை கேள்விகளால் என் அம்மா இரு காதுகளையும் இறுகப் பொத்திக்கொண்டு கத்தினாள். “இதையெல்லாம் காதுல கேட்கவா உன்னை நான் முனைவர்ப் படிப்புக்கு அனுப்பி வச்சேன்” தலையில் அடித்துக்கொண்டாள்.

“அவனிடம் எதையடி கண்டு மயங்கினாய்?” அம்மா அவரை அத்தனை திருத்தமாக அவனென்று விளித்தது எனக்கு வலித்தது. அம்மாவின் கேள்விக்கு எதை நான் பதிலாகச் சொல்வேன். “அவரது மொழியறிவுதான்ம்மா.”

“அய்யோ, என் மகள் பேசுறதைப் பாருங்களே!” தலையைச் சுவரில் முட்டிக்கொண்டாள். அம்மாவின் பார்வையில் நான் வண்டுகள் மொய்த்த குவளை மலரென ஆகியிருந்தேன்.

ஒருநாள் இராசராசசோழன் சிலையின் காலடியில் அமர்ந்து கடல் கொண்டும், காலம் கொள்ளாத சோழனையும் ஞானசூரியையும் ஒரு சேர நினைத்து கலங்கினேன். இன்னொரு நாள், பெரியகோவிலுக்கும் பின்புறம் துணங்கைக் கூத்து வீதியில் ஓர் ஆடுகளத்திற்குரிய மகளாக நின்று தேடினேன். தேடியென்ன, அலைந்தென்ன, என் பார்வைக்கு யாரும் அவரைப் போல தெரிந்தார்களே தவிர அவராகத் தெரியவில்லை.

இத்தனை நாட்கள் அலைந்தும் அவருக்காக மெலிந்தும் அவர் மீது எனக்கேன் வெறுப்பு வரவில்லை? என் மீதே எனக்குக் கோபம் வந்தது. அவரை நான் மறக்க நினைக்கையில் பச்சைப் பாம்பினது சூலின் முதிர்ச்சியைப் போன்று எனக்குள் அவர் வளர்ந்து வந்தார்.

ஒரு நாள் தோழிகள் எனக்கு ஆறுதல் சொல்ல வீட்டுக்கு வந்தார்கள். என் மெலிந்த உடலைப் பார்த்து இரங்கியவர்கள், “என்னடி ஆச்சு உனக்கு. அத்திப் பழத்தை ஏழு நண்டுகள் சிதைத்ததைப் போலிருக்காயே” என்றவாறு என் முகத்தைத் துழாவி, “இது என்னடி கன்னத்தில் காயம்?” எனக் கேட்டார்கள்.

“அவரது நகக்குறி. இதை நான் அவரது நினைவாக வச்சிருக்கேன். இந்தக் குறிக்குக் காரணமான நகம் என்னை அவருக்கு ஞாபகப் படுத்துமா?” எனக் கேட்டு வைத்தேன்.

“அமிர்தா, அவரையே நினைச்சு உன்னை நீ வதைத்துக் கொள்ளாதே. அவர் எங்கேயும் போயிருக்கமாட்டார். அவரது கடவுச் சீட்டு அடமானமிருக்கு. அவரால வெளிநாட்டுக்கு விமானமேறி

பறக்க முடியாது. அவர் படித்த பட்ட சான்றுகள் பல்கலைக்கழகத்தில இருக்கு. அதில்லாமல் வேற பல்கலைக்கழகத்தில சேர முடியாது. கள்ளத்தோணியில பிறந்தகம் செல்ல வாய்ப்பில்லை. இரு நாடுகளும் கடலோரக் கண்காணிப்பத் தீவிரப்படுத்தியிருக்கு. நடந்தே கடலைக் கடக்க அவரொன்னும் சித்தரோ, ராமரோ அல்ல. அவர் ஏதிலி. எல்லையைத் தாண்டி வெளியே போக முடியாது. அப்படியே போனால் காவல் துறையினர் பிடிச்சிடுவாங்க.

இதில்லாம கடவுச்சீட்டை நம்பி கடன் கொடுத்தவர் அவரை ஆள் வைத்து ஊர், ஊராத் தேடுறார். நாங்கள் சொந்தக்காரங்க மூலமாகத் தேடி வர்றோம். ஒரு வாரமாவே பத்திரிகையில அவரப் பத்திதான் செய்தி. எப்படியும் உனக்கு அவர் கிடைச்சிடுவாரு" என்றவாறு என்னைத் தேற்றினார்கள். நான் மெல்ல சமாதான மடைந்தேன். என் தோழிகள் என்னை மேலும் தேற்றும் விதமாகக் கடைத் தெருவுக்கு அழைத்துச் சென்றார்கள்.

ஒரு தெருவில் ஒரு கட்டுவிச்சி நெற்றியில் பெரிய பட்டையிட்டுக் கொண்டு சோழிகள் உருட்டிக்கொண்டிருந்தாள். என் தோழிகள் அவளிடம் என் கையை நீட்டச்சொல்லி பணித்தார்கள். நானும் நீட்டினேன். அவள் என் ரேகையைப் பார்த்தாள். அவளது குல தெய்வத்தை நெஞ்சுருகப் பாடி கண்களை இறுக மூடி, சோழிகளைக் கண்களுக்குக் கொடுத்துக் குலுக்கி உருட்டினாள். சோழிகள் முத்துகளாக விழுந்தன. சோழிகளை அள்ளி கைக்குள் குலுக்கிக் கொண்டு சொன்னாள், " தாயி, கிரகம் சரியில்ல. பத்து வருசமா இந்தக் கிரகம் பிடிச்சு ஆட்டுது. அஞ்சு வருசம் முடிஞ்சிருச்சு. இன்னும் அஞ்சு வருசமிருக்கு. இந்த அஞ்சு வருசம் முடிஞ்சதும் நீ நினைக்கிறது நடக்கும். ஆசைப்பட்டது கைக்கூடும்" என்றவள், மடிக்குள் கையை விட்டு திருநீற்றை அள்ளி என் நெற்றியில் பூசி வாய்க்குள் ஒரு கீற்று உதறினாள்.

நான் எழுந்து என்னைச் சுற்றிலும் ஒரு பார்வை பார்த்து திசைகளுக்குள் அவரைத் தேடினேன். என்னைப் போலவே ஒரு பசு அதன் இணையைத் தேடிக்கொண்டிருந்தது.

(வெள்ளிவீதியாரின் நிலம்தொட்டு புகாஅர் எனும்
குறுந்தொகைப் பாடலைத் தழுவி
இக்கதை எழுதப்பட்டது)

ஊத்தா குத்து

ஐந்து மணிக்கெல்லாம் ஊத்தாவைத் தூக்கிக்கொண்டு கிராமத்தார்கள் கண்மாய்க் கரைக்கு வரத்தொடங்கினார்கள். பொங்கிய கருப்பு நுரையாக மனிதத் தலைகள்.

குளத்தின் நீள்பரப்பு வறண்டு நடுவில் பெருவாய்க்காலாகத் தண்ணீர் கிடந்தது. அதற்குள் மீன்கள் நெகிழித் துடிப்பு துடித்து, உடம்பை வளைத்து குதியாட்டம் போட்டன. வட்டம் வட்டமாக நீரலைக் கோலங்கள் வரைந்தன. தண்ணீர்ப் பாசனத்திற்கு வடிந்தது போக, கோடை வெயிலுக்குக் காய்ந்தது போக, கண்மாயின் கையால் கைச்சிரங்கை அளவிற்குத் தண்ணீர் கிடந்தது. வயோதிகத் தண்ணீர் அது. ஓடவோ பாயவோ முடியாமல் குட்டையாகத் தேங்கிக்கிடந்தது. ஓடும் தண்ணீர் ரத்தம். தேங்கும் தண்ணீர் கண்ணீர். பெருங் குட்டையாகத் தேங்கிக் கிடந்த தண்ணீர் சும்மா இருந்தாலும் மீன்கள் விடுவதாக இல்லை. மேனாமினுக்கி மீன்கள் அவை. உடம்பை வளைத்து நெளித்து 'சிம்ச்சாலு' செய்தன.

ஏழு மணிக்கு மேலக்கரை அடைக்கலம் காத்த அய்யனார் கோவிலில் பறை கொட்டும். அதற்கு இன்னும் கொஞ்சம் நேரமிருந்தது. திருவிழா முழக்கு அது. 'டணட்டண, டணடணடண' முழக்குப் போட்டதும் வீட்டுக்கு ஒருத்தர் கோவணம், பட்டாப்பட்டி டவுசர், கால்ச்சட்டை, இறுக்கிக்கட்டிய தொடைக்கட்டு கைலி, வேட்டி... எனக் கட்டிக்கொண்டு கண்மாய்க்குள் இறங்குவார்கள். அவரவர் கொண்டுவந்திருக்கும் ஊத்தாவைக் கண்மாய்க்குள் கவிழ்க்க, மீன் பிடித்திருவிழா தொடங்கிவிடும்.

இந்த முறையும் மீன்பிடித்திருவிழா வீட்டுக்கு ஒருத்தர்தான். கைவலை, பெருவலை திருவிழா அல்ல. ஊத்தா குத்து திருவிழா. ஊர், அரசமரத்தடியில் குந்திப் பேசி அப்படியாகத்தான் முடிவெடுத்தது. இதனால் சிலருக்கு ஏமாற்றம். பலருக்குக் கொண்டாட்டம். "அம்பலாரே, நானும் என் பொஞ்சாதியும் தனிக்குடித்தனமா இருக்கோம். எங்களுக்குப் பொறந்த பய எங்க ரெண்டுபேரையும் மலக்குடலா பிதுக்கி எறிஞ்சிட்டான். கொடுக்க வாங்க இல்ல; பேச்சு வார்த்த இல்ல; அவன் மொகத்துல நாங்க முழிக்கிறதில்ல. இனி

அவன் யாரோ நாங்க யாரோ. என் பங்குக்கு நான் ஊத்தா குத்திக்கிறே. ஊரும் சனமும் இதுக்கு என்னெ அனுமதிக்கணும்'' குழைந்து கேட்டிருந்தார் சுப்பு. இதைக் கேட்டதும் கூட்டத்தில் தேனீக் கூட்டில் கல்லெறிந்த சலசலப்பு எழுந்தது.

“நல்லா கேட்டேப்பு நீயி. இருக்கிறது ஒரு குளம். அந்த ஒத்தக் குளத்துக்கு நூறு குடி. ஒரு குடும்பத்தில ரெண்டு பேரு எறங்கி மீன் பிடிச்சா மத்த குடிக என்ன விரலையா நெத்திலிப் பொடினு கடிக்கும்? அதெல்லாம் முடியாது. குடும்பத்துக்கு ஒருத்தர்தே. இந்த விசயத்தில ஊர் கறாரா இருக்கணும். இல்ல ஊத்தா குத்து நடக்காது. சொல்லிட்டேன் ஆமா'' கூட்டத்தில் ஒரு பெருங்குரல் கர்ஜித்தது.

“ஆமாம்ப்பெ குடும்பத்துக்கு ஒருத்தர்தே கண்மாயில இறங்கணும்'' ஒரு வாலிபன் துடுக்குத்தனமாகக் குதித்து சொன்னான்.

“சுப்பு, ஓம்புள்ளெய நீ ஒதுக்கினேங்கிறதுக்காக ஊர்வாய் அவன ஒதுக்க முடியுமா? அவன் உன் புள்ளெ இல்லேனு உன் வாய் சொல்லலாம். உன் ரெத்தம் சொல்லுமா? ஊர் வாய் அப்படிச் சொல்லிடாது. மீன் பிடிக்க அவன் இறங்குனான்ன, நீ எறங்குனான்ன. எங்களப் பொறுத்த வரைக்கும் நீங்க ரெண்டுபேருமே ஒண்ணுதான். பிடிக்கிற மீனுல ஆளுக்குப் பாதி, என்னப்பா நான் சொல்றது?'' கேட்டும் சிரித்தும் வைத்தார் ஊர் அம்பலம்.

“சரிதாங்க. இந்தத் திருவிழாவே முறிஞ்ச உறவ ஒட்டத்தானே. பொல்லாங்கு, பொல்லாப்பு, மொறப்பாட்ட தீர்க்கத்தானே. ஒரு காலத்துல நம்ம ஊரும் தெருவும் நாலா துண்டா உடஞ்சி கெடந்துச்சு. ஊர்க்குள்ள ஒரு நல்லது நடக்கல. கொளம் குட்ட நெறயல. உருப்படியா வெளையல. யாரும் வாழ்ந்தா செத்தா, ஊர்க்கூடி ஒரு கை கொடுக்கிறதில்ல. சாமக்கோடாங்கி ஒரு நாள் ஊருக்குள் இறங்கி, வீடு தவறாம பாடிட்டுப் போனான். ஊருக்குள்ள ஒத்தும இல்ல. ஊர் கூடி அய்யன கையெடுத்து மீன்பிடித் திருவிழா நடத்தணுமென. அதற்குப் பொறகுதே ஊருக்குள்ள எல்லாரும் அண்ணன் தம்பியா பழகுறோம். ஊர்க்குள்ள யாரும் யார் மேலேயும் மொறப்பாடு கட்டக்கூடாது. பில்லி வச்சிக்கிட்டு திரியக்கூடாதுனு ஊர் குந்திப் பேசி முடிவெடுத்தோம். இப்ப, பெத்த புள்ள ஆகாதுனு சொல்லி புள்ளைக்குப் போட்டியா அப்பனும் ஊத்தா குத்த இறங்கினா இந்தத் திருவிழா நடத்துறத்துல எதாவது அர்த்தமிருக்கா, என்னப்பா நான் சொல்றது?'' கேட்டு நிறுத்தினார் ஒரு பெரியவர்.

“ஆமாம்ப்பா சுப்பு. விட்டுக்கொடு. உன் மவனே ஊத்தா குத்தட்டும்” என்றார் அம்பலத்துக்கு அருகிலிருந்த ஒரு பெரியவர்.

சுப்பு முறுக்கிக்கொண்டு நின்றார். அவர் விட்டுக்கொடுப்பதாக இல்லை. “எப்பவும் ஊத்தா குத்து நான்தே குத்துவேன். இந்த முறையும் நான்தே குத்துவேன்.”

“இதுக்கு ஊர் ஒண்ணும் செய்ய முடியாது. உன் மவன் நூறு ரூவா ஊர்ப்பணம் கட்டி ஊத்தா ரசீத மொத ஆளா வாங்கிப்புட்டான். அவன நாங்க கண்மாய்க்குள்ள எறங்கப்புடாதுனு சொல்ல முடியாது. நீனா கேட்டுப்பாரு. இல்லே, அவனா விட்டுக்கொடுத்தா உண்டு” என்ற அம்பலம், சின்னான் பக்கமாகத் திரும்பி “என்னடா சின்னா, ஊத்தா உரிமைய உன் அப்பனுக்கு விட்டுக்கொடுக்குறீயா?” எனக் கேட்டார். சின்னான் அத்தனை வீராப்பாக நின்றவன், தலையைக் கோவில் காளையைப் போல சிலுப்பிக் கொண்டான்.

“முடியாதுங்க. என் ஊத்தாவுல பிடிபடுற மீனுல பாதிய பங்காக் கொடுக்கிறேன். ஆனா ஊத்தா நான்தான் குத்துவேன்.”

சுப்பு தலை குனிந்தவராய் நின்றார். ஊத்தா குத்த முடியாத தன்னை அவர் அந்நியராக உணர்ந்தார். ஊரும் தெருவும் அவரைப் பார்த்து சிரித்தது.

“சுப்பு, நீ பெத்த புள்ளளயே சொல்லிட்டான். பெத்த புள்ளக்கிட்ட தோத்துப்போறதொன்னும் தப்பில்ல. விட்டுக் கொடுத்துப் போ சுப்பு. கருவாடு கறைஞ்சி ஏங்கே போயிடப் போவுது, குழம்புச் சட்டியிலதானே கெடக்கப்போவுது” என்றவாறு ஊர்க்கூட்டம் கலைந்தது.

ஊத்தா குத்துக்குப் பேர் போனவர் சுப்பு. ஊத்தாவை அவரே முடைவார். மூங்கிக் குருத்து ஊத்தா. இதற்கென்று வீட்டுக் கொல்லையில் மூங்கிலைக் காடு போல வளர்த்து வந்தார். வாலிபப் புல்லாக வெட்டி, சிம்பு சிம்பாகச் சீவி, காய வைத்து, மொழி, பிசிறு, கணுக்களைக் கழித்து வரிச்சை வரிச்சையாகப் பகுந்து, தினமும் கை பார்த்து அவரே முடைந்தது. குருது அடியைக் குடைந்து அதைப் பாதியாக அறுத்து, கவிழ்த்துவைத்ததைப் போன்ற ஊத்தாக்கள். ஊர் கண்மாய் பருவ மழைக்கு நிரம்பினால் ஊத்தா முடையத் தொடங்கிவிடுவார். ‘மரம் ஏறிய குரங்கு இறங்கியாகணும். நிறைஞ்ச குளம் வடிஞ்சாகணும்.’ இது சுப்புவின் கணக்கு. கண்மாய் வடியத் தொடங்குகையில் முடைந்த ஊத்தாக்கள் விற்பனைக்கு வரும். சிலர் முன்கூட்டியே சொல்லிவைத்து, வீட்டுக்கே வந்து வாங்கிச்

செல்வார்கள். ஊத்தா விற்பனையை வைத்து மீனின் செழிப்பை அறிந்துவிடுவார் சுப்பு.

மீன்பிடித் திருவிழா கூடிவிட்டால் சந்தையில் ஊத்தா கிடைக்காது. கிராக்கியானால் ஊத்தா நல்ல விலைக்கட்டும். எல்லா ஊத்தாவையும் அவர் விற்பதில்லை. ஊத்தா குத்துக்கும் முதல் நாள் நம்பிவந்து கேட்கிறவர்களுக்கு நல்ல விலை வைத்து விற்பார்.

அவரது வீட்டுப் பரணியில் எப்பொழுதும் ஒன்றிரண்டு ஊத்தா தொங்கிக் கிடக்கும். அவர் வீட்டுக்கோழிகள் கேக்கரைக் கத்திக் கொண்டு முட்டையிட இடம் தேடுகையில் ஊத்தாவைத் திண்ணையில் கவிழ்த்து வைப்பார். ஊத்தாவுக்குள் நுழையும் கோழியால் அதிலிருந்து வெளியேற முடியாது. மீனும் அப்படித்தான்.

ஊரார்கள் அவரிடம் ஊத்தா வாங்கி மீன் பிடிக்கச் சென்றார்கள். அவரது மகன் சின்னான், சந்தையில் யாரோ முடைந்து விற்ற ஊத்தாவுடன் நிற்கலானான். அப்பனை வென்றுவிட்ட திளைப்பில் அவன் நின்றுகொண்டிருந்தான். மகனிடம் தோற்றுவிட்ட திகைப்பில் சுப்பு நின்றார்.

ஊத்தா குத்தும் லாகவம் தெரிந்தவர் சுப்பு. ஊத்தா குத்துப் போட்டியில் எத்தனையோ முறை முதல் பரிசு வாங்கியிருக்கிறார். அவரது குத்தில் விழும் மீன்களை அவர் ஒருவரே வீட்டுக்குக் கொண்டு செல்பவர் அல்ல. மீன் கிடைக்காத குடும்பங்களுக்குக் கொடுக்கச் செய்வார். ஊத்தாவிற்குள் மீன் மாட்டிக்கொள்கையில் துடுப்பால் அடிக்கும். புறங்கையால் அதன் அதிர்வைப் பார்ப்பார். ஊத்தா வாய்க்குள் கையை நுழைத்து, மீனைப் பிடித்துத் தூக்குவார். மீன்கள் வளைந்து குழைந்து துதியாடும்.

ஊரே திரண்டு ஊத்தா குத்துகையில் அதிக மீன் பிடிப்பவர் சுப்பாகவே இருப்பார். அவரது ஊத்தா குத்தைப் பார்ப்பதற்கென்றே மக்கள் கரைக்கட்டி நிற்பார்கள். நான்கு குத்துக்கு ஒரு மீன் அவரது ஊத்தாவில் சிக்கும். பிடித்த மீன்களைக் கரையில் நிற்கும் அவரது பொஞ்சாதி ருக்குவிடம் தூக்கி எறிவார். அவரது முகம் செதில்களைப் போல மின்னும், பெருமை பூரிக்கும். ஊத்தா குத்துவதற்கே தான் பிறந்திருப்பதைப் போல முகத்தால் செழிப்பார்.

கண்மாய்க்குள் மீன்கள் விழாக்கோலம் கொண்டு துள்ளிக் குதித்தன. கரையில் மக்கள் நிரல்கட்டி நின்றார்கள். கோவணம், தொடைக்கும் மேலாகத் தூக்கிக்கட்டிய கைலி, பட்டாப்பட்டி,

கால்சட்டை... என கீழாடை உடுப்புகள். தோளில் ஊத்தாவைத் தூக்கி வைத்துக்கொண்டு பறை முழக்குக்காகக் காத்திருந்தார்கள். முழக்குக்கொட்டி முடிக்கையில் மக்கள் ஊத்தாவுடன் கண்மாய்க்குள் எறங்கணும். இறங்கத்தான் முழக்கு. ஏறுவதற்கு இல்லை.

இத்தனை நாட்கள் மகனிடம் சாடையாகப் பேசிய ருக்கு இப்போது நேராகப் பேசினாள். "எப்பவும் உன்னப்பாதான்டா ஊத்தா குத்துவார். இந்த வருசமும் அவரே குத்தட்டும். விட்டுக்கொடு." இதைச் சொல்கையில் கெஞ்சலும் வேண்டலும் சொற்களில் பசபசத்தன. சின்னான் பதிலுக்கு ஒன்றும் பேசவில்லை. வீம்பாக விறைப்பாக நின்றான்.

சுப்புவுக்கு ஒத்த மகன் சின்னான். தன் மகள் பேத்தி ரேவதியை அவனுக்குத் திருமணம் முடித்துவைக்க ஆவல் கொண்டிருந்தார். இதையே சொல்லி மகனை வளர்த்துவந்தார். கல்யாண வயதில் அப்பன் கிழித்த கோட்டில் மகன் நிற்கவில்லை. அவனது அக்கா மகள் அவனுக்குப் பிடிக்கவில்லை. வயது வித்தியாசத்தைக் கணக்கிட்டுப் பார்த்தான். அக்காவின் முகம் அவளது மகளின் முகத்தில் அப்பியிருந்ததைப் பார்த்தான். தூக்கி வளர்த்த பிள்ளையை எப்படித் திருமணம் முடிப்பது? அதை நினைக்கையில் அவனுக்கு அருவருப்பாக இருந்தது. அப்பா கிழித்த கோட்டைத் தாண்ட மட்டுமல்ல, அழிக்கவும் செய்தான்.

அவனுக்கொரு காதலி இருந்தாள். அவளையே திருமணம் செய்துகொள்வேன், என ஒற்றைக் காலில் நின்றான். அது ஒருபோதும் நடக்காது, வீம்பு கட்டினார் சுப்பு. அவரிடம் எப்படியெல்லாமோ சொல்லி, கெஞ்சிப் பார்த்தான். சுப்பு அசையவோ, இசையவோ இல்லை.

அவரது விருப்பப்படி மகனுக்குப் பேத்தியைக் கட்டிவைக்க தேதி குறித்தார் சுப்பு. அந்தத் தேதிக்கு இரண்டு நாட்களுக்கு முன்பு அவன் விரும்பிய பெண்ணை மணம் முடித்து, வீட்டில் கொண்டுவந்து நிறுத்தினான் சின்னான். தன் விருப்பத்தை நிறைவேற்றாத மகன்மீது அவருக்கு வெறுப்பு வந்தது. கோபம் பெருமூச்சாக உருண்டு திரண்டு நாசியின் மீது ஏறி உட்கார்ந்துகொண்டது.

அப்பா தன் மீது காட்டும் கோபத்தைப் பதிலுக்குத் தானும் காட்ட நினைத்தான் சின்னான். அப்படியாக அவனை தயார்ப்படுத்தினாள் அவனது மனைவி நந்தினி. இந்த முறை மீன்பிடித் திருவிழாவின் போது நீங்கள்தான் ஊத்தா குத்தணுமென தயார் செய்தாள்.

சின்னான் அவளைத் திருமணம் செய்துகொண்டு வருகையில், அவர்களைக் குடும்பத்தோடு சேர்த்து வைக்க தெரு கூடி பஞ்சாயத்து பேசியது. ஊரார்கள் சுப்புவிடம் எடுத்துச் சொன்னார்கள். நான் உயிரோடு இருக்கும் வரை அது நடக்காது, என்றார் சுப்பு. அவர் சொன்னதைப் போல நடந்துகொள்ளவும் செய்தார். அவரது அன்றாட நடவடிக்கை நந்தினியைப் பெரிதும் அவமதித்திருந்தது. அதற்காக இந்த வாய்ப்பை அவள் பயன்படுத்திக்கொண்டாள்.

மகன் சின்னானிடம் கெஞ்சிக் கேட்டாள் ருக்கு. சின்னான் விட்டுக்கொடுப்பதாக இல்லை. தன் மனைவி எப்படி சொல்லிக் கொடுத்தாளோ, அப்படியே அவளது பாவனையில் பதில் சொன்னான். “முடியாது, ஊத்தா நான்தே குத்துவேன்.”

“ஏன்டா இப்படி நீ அடம் பிடிக்கே?”

“அவர் அடம் பிடிக்கலாம். நான் பிடிக்கக் கூடாதா?” என்றவன் தாயை ஒரு முறை ஏறிட்டுப் பார்த்துவிட்டு, “இந்தத் திருவிழாவ என் மாமன் மாமியாருக்குச் சொல்லிருக்கேன். எல்லாரும் வருவாக. உங்கள ஊத்தா குத்த விட்டா, பிடிச்ச மீன பிடிக்காதவங்களுக்குப் பங்குவச்சிக் கொடுத்துட்டு, கொஞ்சத்தெதே வீட்டுக்குக் கொண்டு வருவீக. அதான் இந்த முறெ நானே இறங்குறேன். பிடிக்கிற மீன சொந்த பந்தங்களுக்கு ஆக்கிப்போடணும்...” கரை ஒதுங்கிய மீனைப் போல அவனது பேச்சு துள்ளலில் இருந்தது.

ஊர்க்கரை ஆவலை முடுக்கிவிடுவதைப் போலவும் எச்சரிப்பதைப் போலவும் பறைக்கொட்டு கொட்டியது.

“இதனாலே தெரிவிச்சுக்கிறது என்னன்னா, ஊத்தா குத்த குடிக்கு ஒருத்தர்தே கண்மாய்க்குள்ளே எறங்கணும். மீறி எறங்குனா ஊருக்குத் தண்டங்கட்டணும் சாமியோவ்...” தண்டோரா முழக்கம் நீட்டி முழங்கி ஒலித்தது.

“தண்தண்தண் தனத் தனத் தனத்...”

மக்கள் கண்மாய்க்கரை அய்யனாரைக் கையெடுத்துக் கும்பிட்டார்கள். பறைக்கொட்டுக்கேற்ப மீன்கள் துள்ளாட்டம் போட்டன. கரையைச் சுற்றி வட்டமிட்ட கொக்கு, நாரைகள் வெண்மேகமாக வட்டங்கட்டின. அந்தச் சத்தத்தினூடையே சுப்பு, ருக்குவின் காதிற்குள் முணுமுணுத்தார் “அடி ஊத்தாவ இப்பவாச்சும் ஏங்கிட்ட கொடுக்கச் சொல்லேன்டி. மீன் ஏமாத்துனா ஊர் நம்மள ஏமாத்துன மாதிரியாயிடும்” அவரது குரல் இதுநாள் வரைக்குமில்லாது குழைந்து, நா தழுதழுத்தது.

“கேட்டுப் பார்த்துட்டேன். மாட்டேங்கிறான். அவன் கூட்டிவந்த பொண்ண ஏத்துக்க முடியாதுனு நீங்க ஒத்தக் கால்ல நின்ன மாதிரி, பதிலுக்கு அவன் நிக்கான். இதுக்கு மேலே என்னால கெஞ்ச முடியாது. விடுங்க. அவன் ஊத்தா குத்துற லட்சணத்த பார்த்துப்புடுவோம்” விடைத்து நின்றாள் ருக்கு.

பறை முழக்கம் நின்றதும் மீன்பிடித் திருவிழா களைக்கட்டியது. கண்மாய் ஆர்ப்பரித்தது. வெள்ளாடு இரை பொறுக்க வெள்ளாமை கொள்ளைக்குள் இறங்குவதைப்போல வீட்டுக்கு ஒருத்தர் ஊத்தாவைத் தூக்கிக்கொண்டு கண்மாய்க்குள் ஓடினார்கள். குஞ்சுத்தாய்க் கோழியைக் கூடையால் கவிழ்த்துப் பிடிப்பதைப்போல கவிழ்த்தார்கள். சுப்பு கரையில் நின்றபடி சின்னானைப் பார்த்தார். அவருக்குச் சுருள் சுருளாக பெருமூச்சு வெடித்தது.

ஊத்தாவில் மீன்கள் சிக்கத்தொடங்கின. கெளுத்தி, கெண்டை, வாவல், விரால், செல்லா, கச்சே... என மீன்கள். இவ்வளவு நேரம் தண்ணீருக்குள் குதியாட்டம் போட்ட மீன்கள் கரையில் உயிராட்டம் போட்டன. அவரவர் பிடித்த மீன்களை முதுகுப் பக்கமாகத் தொங்கிய பையில் போட்டு நிரப்பி, கரையில் கொட்டினார்கள். குடும்பத்தவர்கள் அதை அத்தனை வேகமாகப் பொறுக்கி கூடைக்குள் போட்டுக் கொண்டார்கள்.

சுப்புவின் கை பரபரத்தது. அவரால் ஓரிடத்தில் நிற்க முடிய வில்லை. சின்னான் மீன் பிடிக்கும் கோலத்தைப் பார்க்க முடிய வில்லை. கட்டவிழ்ந்த சேவலைக் கூடையில் கவிழ்த்துப் பிடித்து விடுவதைப் போல ஊத்தாவைக் கவிழ்த்தான். ஒரு மீனும் சிக்குவதாக இல்லை. இந்நேரத்திற்கு சுப்புவாக இருந்தால் ஒரு குடும்பத்து மீன் பிடித்திருப்பார். எல்லா மீனும் அவருக்குப் பிறந்ததைப் போல அவரது ஊத்தாவில் மாட்டும்.

சின்னானிடம் இரண்டு மீன்கள் சிக்கியிருந்தன. அதைப் பிடிக்கத் தெரியாமல் பிடித்து, வழுக்கி கண்மாய்க்குள் தவறவிட்டான். வெயில் உச்சிக்கு வந்திருந்தது. கண்மாய் சேறும் சகதியும் ஆனது. குழம்பிய குட்டையில் மீன் பிடிக்கலாம் என்பது பழமொழி. சின்னானைப் பொறுத்தவரை அது வெறும்மொழியானது.

பிடித்த மீன் போதுமென்று மீன்பிடிக்காரர்கள் கரையேறத் தொடங்கினார்கள். பால்காரன் பால் கறக்கையில் கன்றுக்குட்டிக்காகக் கொஞ்சப் பாலை மடியில் விட்டுச்செல்வதைப் போல, கொக்கு,

நாரைக்காக குட்டி மீன்களை விட்டுச் சென்றார்கள். சின்னான் விடாது ஊத்தாவைக் கவிழ்ப்பதாக இருந்தான். அவனது முகம் ஏமாற்றத்தால் தொங்கிப்போயிருந்தது. அதை சுப்புவால் கண்கொண்டு பார்க்கவோ, நெஞ்சுக்குள் இறக்கவோ முடியவில்லை. கோபம் சுருளெடுத்தது.

“சுப்பு, நீவொண்ணும் கவலப்படாதே. நான் மீன் தர்றேன்” ஊர்க்காரர் ஒருவர் அவரை வழிமறித்து சொன்னது அவருக்கு நெஞ்சுடைத்து வந்தது. எத்தனையோ பேருக்கு மீனைப் பங்கு வைத்துக் கொடுத்தவர் சுப்பு. பிறர் கொடுக்கும் மீனை கை நீட்டி வாங்க மனம் குறுகுறுத்தது.

“சுப்பு, நீ யோகக்காரன். கண்மாய் மீனு ஒனக்குத்தான் பொறந்திருக்கு. இந்தத் திருவிழாவே ஒனக்குத்தான்...” கடந்த திருவிழாவின் போது ஊரார்கள் அவரைப் பார்த்து சொன்னதை நெஞ்சுக்கும் தொண்டைக்குமாக உருட்டினார். அவரது கண்கள் கண்மாயைப் போல கலங்கின. கரையில் ஊர்ப்பெண்கள் எதையோ சொல்லி, பேசிச் சிரித்தது தன்னைக் குத்திக்காட்டிப் பேசுவதாக நினைத்துச் சுணங்கினார். இந்தக் கண்மாய் ஊரார்களுக்கு ஆயிரம் கோடி கைகளால் வாரி வழங்கி சின்னானை மட்டும் ஏமாற்றி யிருந்தது. சுப்பு தொன்னார்ந்த முகத்தோடு வீட்டை நோக்கி நடையைக் கட்டினார்.

அவரது நினைவெல்லாம் திருவிழாவிற்கு வந்திருக்கும் உறவினர் மீதிருந்தது. மகள் வழிப் பேத்தி ரேவதி விடிந்தும் விடியாத காலையில் அம்மியில் அரசளவு சாமான்களை அரைத்தது நெஞ்சுக்குள் அரை பட்டது. இந்த வீட்டுக்கு மருமகளாக வரவேண்டியவள். அவளை ஏமாற்றப் போகிற பதைப்பு நெஞ்சைப் பிசைந்தது.

வீட்டுக்குப் போனதும் கேட்பாள், “எங்கே தாத்தா மீனு?” என்று. வாஞ்சையோடு கேட்கும் அவளுக்கு நான் என்ன சொல்வேன்? அவரால் அதற்கும் மேல் நடக்க முடியவில்லை. ஒழுங்கையோரம் ஒரு மரத்தடி நிழலில் அமர்ந்துவிட்டார்.

உச்சி வெயில் நேரத்துக்கு சின்னான் அந்த வழியே வீடு திரும்பினான். அவனது முகத்தில் சேறு அறைந்திருந்தது. சுப்பு, ஒரு கணம் மகனை நிமிர்ந்து பார்த்தார். ருக்கு, அத்தனை வேகமாய் உதட்டிற்கு ஒரு விரலைக் கொடுத்து ஒன்றும் சொல்லிடாதீங்க, எனச் சமிக்ஞை செய்தாள். வாய் வரைக்குமாக வந்த வார்த்தைகளைத் தொண்டைக்குள் விழுங்கிக்கொண்டார் சுப்பு. கோபத்தில் பேசுகையில்

வார்த்தைகள் முதலில் குதிக்கும். ஏமாற்றத்தில் பேசுகையில் வார்த்தைகளைக் கண்ணீர் முந்திக்கொள்ளும். இவருக்குக் கோபம். அவனுக்கு ஏமாற்றம். இந்நேரத்தில் இருவரும் வாய் திறந்தால் திருவிழாவும் அதுவுமாகப் படுகளமாகிவிடும். திருவிழாவுக்கு வந்த விருந்தாளிகள் கைகொட்டி சிரித்துவிடுவார்கள். அவர்களோடு சேர்ந்து ஊரும் சிரிப்பது எவ்வளவு பெரிய அவமானம்!

ஊரே மீன் பிடித்து அலசி, ஆய்ந்து கழுவி, குழம்பு கூட்டி வைக்கையில் தன் வீட்டில் மீன் குழம்புக்குப் பதிலாக புளிக்குழம்பு கொதிக்கப்போவதை நினைக்கையில் முகத்தில் ஏமாற்றமும் விரக்தியும் ஒருசேர அம்மின.

சுப்பு உட்கார்ந்திருந்த ஒற்றையடிப் பாதையிலிருந்து எழவோ, வீட்டுக்குச் செல்லவோ விரும்பாதவராய் அதே இடத்தில் அமர்ந்திருந்தார். அவரைச் சமாதானப்படுத்தி அழைத்துச்செல்ல ருக்கு எவ்வளவோ முயன்றாள்.

நேரம் கழித்தே வீடு வந்தார் சுப்பு. வீடு உறவுகளால் நிரம்பி வழிந்தது. சமையல் வாசனை நாசியைத் துளைத்தது. ருக்கு மருமகளோடு இரண்டற கலந்திருந்தாள். அப்படியாகக் கலந்துவிட்டது சுப்புக்கு முதலில் கோபமாக இருந்தாலும் அந்தக் கோபம் இனி வேண்டியதில்லையென இரங்கினார்.

நந்தினி, ஒரு செம்பு தண்ணீர் கொடுத்து "கை அலம்பிட்டு வாங்க மாமா, சாப்பிடலாம்..." என்றாள். மருமகளின் அப்படியான அழைப்பைச் சுப்பு சற்றும் எதிர்பார்க்கவில்லை. அவளது அழைப்பு வியப்பாகவும் மரியாதையாகவும் இருந்தது. அவரது கண்கள் பேத்தி ரேவதியைத் தேடின. அவள் தாவணியில் நின்றவளாய், "தாத்தா" என அழைத்து, சிரித்து, கண்களால் சாப்பிடச் சொல்லி சமிக்ஞை செய்தாள். அவரது பொஞ்சாதி ருக்கு மருமகளோடு சேர்ந்து அடுப்பூதவும் புளி கரைக்கவுமாக இருந்தாள். கீரியும் பாம்புமாக இருந்த மாமியார், மருமகள் முயலும் பூனையுமாக ஆகியிருந்ததைப் பார்க்க அவரது கண்கள் பூச்சொரிந்தன.

வந்திருந்த விருந்தாளிக்குத் தண்ணீர் கொடுத்து, அத்தனை பேரையும் ஒரே பந்தியில் அமரவைத்து உணவு பரிமாறினாள் நந்தினி. கூடமாட ரேவதி தண்ணீர் தெளித்து சோறு பரிமாறினாள்.

சுப்புக்கு மருமகள் சமையலைச் சாப்பிட மனம் இடம் கொடுக்கவில்லை. இன்னும்கூட கொஞ்சம் வீம்பு அவரது நாசியில்

ஏறி அமர்ந்துகொண்டு இறங்க மறுத்தது. ரேவதி அவரைச் சமாதானம் செய்து அமர வைத்தாள். பேத்தியின் அன்புக்கு முன் அவர் எப்பொழுதும் முயல்குட்டிதான்.

கை அலம்பி பந்தியில் அமர்ந்ததும் குழம்பின் வாசனை அவரது பெருங்குடலைத் தூண்டியது. இலையில் ஆவி பறக்கும் சோறு. அதன்மீது நாசியைத் துளைக்கும் குழம்பு.

சோற்றைப் பிசைந்து பசியை ஆற்றிக்கொள்வதற்கும் முன்பாக மருமகளிடம் பேசிவிட நினைத்தார். இரண்டாவது ஆப்பைக் குழம்பு ஊற்றுகையில் மருமகள் காதில் விழும்படியாகக் கேட்டார். “ஏது இதெல்லாம், யார் கொடுத்தது?”

நந்தினி முந்தானையை எடுத்து நெற்றி வியர்வையைத் துடைத்துக்கொண்டவளாய், “அத்தை கொடுத்தாங்க” என்றவள், சோற்றை ஆப்பை முடிச்சால் குழி பறித்து, ஆவி பறந்த குழம்பை ஊற்றினாள். தன் பொஞ்சாதியை வாஞ்சையோடு திரும்பிப் பார்த்தார் சுப்பு. “ஏதடி இது?” எனக் கேட்பதைப் போல அப்பார்வை இருந்தது.

அவரைப் பார்த்து வெட்கமாகச் சிரித்துவைத்தாள் ருக்கு. வெட்கத்தில் கொஞ்சம் பெருமிதமும் இருந்தது. “சாப்பிடுங்க. நீங்க பிடிச்சதுதே” என்றாள்.

சுப்புக்கு ஒன்றும் புரியவில்லை. சூடு பறந்த சோற்றைப் பிசைந்து ஒரு கவளம் உருட்டி வாயில் வைத்தார். கருவாட்டுக் குழம்பு.

ஏது இந்தக் கருவாடு, என அசைபோட்டவராய் மென்றார். அவருக்கு நினைவு வந்தது. கடந்த மீன்பிடித் திருவிழாவில் பிடித்த மீனின் உப்புக்கண்டம் என்று.

மனைவி இத்தனை நாட்களாகத் தான் பிடித்த மீனைக் கருவாடாக பக்குவப்படுத்தி வைத்திருந்ததும் மருமகள் கருவாட்டுக் குழம்பை மீன் குழம்பாக சமைத்ததையும் நினைக்கையில் இன்னும் ஒரு வாய் சோறு சேர்த்து சாப்பிடணும் போலிருந்தது. சாப்பிட்டு ஒவ்வொரு விரலாகச் சூப்பி, சொட்டம் போட்டார் சுப்பு. கை அலம்ப வருகையில் ருக்கு ஒரு செம்புத் தண்ணீரை நீட்டியவளாய் சொன்னாள். “ஒண்ணும் கவலைப்படாதீங்க. அடுத்த ஊத்தா குத்துல இந்த வருசம் பிடிக்காத மீனெ சேர்த்துப் புடிச்சிப்புடலாம்.”

சுப்பு கையைக் கழுவி, துண்டில் துடைத்துக்கொண்டவராய் சொன்னார். “பிடிக்கலாம்தே. அதுக்கு மழெ பெய்யணும். மீன்

செழிக்கணும். ஊர், சண்டெ சச்சரவில்லாம இந்த வருசம் போல ஒத்துமையா இருக்கணும். அடுத்த திருவிழா வரைக்கும் நாம உசிரோட இருக்கணும். இதெல்லாம் விட, நம்ம ஊரான்கள் கண்மாயைப் பட்டா போடாம விட்டு வைக்கணுமேடி. இன்னைக்கு நீ பார்த்தே தானே. கண்மாய்க்கரைய எவ்ளோ தூரத்துக்கு கொடஞ்சிருக்காங்கனு..."

ருக்கு, ஆமாம் என்று சொல்வதைப் போல தலையை ஆட்டினாள். திண்ணையில் சாப்பிட்டுக்கொண்டிருந்த யாருக்கோ புரை ஏறியது.

சிணுங்கி

தொட்டாற்சிணுங்கி செடியைத் தன் வீட்டில் தேசிய செடியைப் போல வளர்த்துவந்தார் தாத்தா. அச்செடி மீது அவருக்கு அதீதமான பரிவும் இரக்கமும் இருந்தது. தினமும் அச்செடியைப் பார்க்கவும் கண்காணிக்கவுமாக இருந்தார். கண்காணித்தல் என்பது, அச்செடியின் மீதான மற்றவர்களின் பார்வையைக் கவனித்தலாக இருந்தது. அவரைப் பொறுத்தமட்டில் ஒரு வளர் செடிக்கான தழைச்சத்து என்பது, அச்செடியைத் தினமும் பார்வையிடுவதுதான். அப்படியாகவே அச்செடியை அவர் பார்வையிட்டு வந்தார்.

ஒரு காட்டுச்செடியைத் தன் வீட்டில் நீர் வார்த்து வளர்ப்பது அம்மா உட்பட பலருக்கும் பிடிப்பதாக இல்லை. வீட்டிற்கு வரும் உறவினர்கள்கூட அதைச் சுட்டிக்காட்டுவதாக இருந்தார்கள். தாத்தா அவர்களுக்குக் காதை மட்டுமே கொடுத்தார். அப்பாவின் அகால மரணத்திற்கு இந்தக் காட்டுச்செடியே காரணமென அக்கம்பக்கத்தினர் பேசிக்கொண்டது, காற்று வழியே அம்மாவின் காதை எட்டியிருந்தது. அச்செடியை வீட்டிலிருந்து எப்படியேனும் அப்புறப்படுத்திட வேண்டும் என்பதில் அம்மா குறியாக இருந்தாள்.

அப்பா, மலேயா நாட்டில் வேலை பார்க்கையில், ஒரு விபத்தில் இறந்துவிட்டிருந்தார். அப்போது நான் அம்மாவின் வயிற்றில் எட்டு மாத சிசுவாக இருந்தேன். அப்பாவின் மரணத்திற்கு நஷ்ட ஈடாக அந்நாடு கொடுத்த ஈட்டுப் பணத்தில்தான் தாத்தா இந்த வீட்டைக் கட்டியிருந்தார். அப்பா கடைசியாக இரண்டு மாத விடுப்பில் வீட்டிற்கு வந்து செல்கையில், அப்பாவின் கனவு வீடு குறித்ததாகவே இருந்திருக்கிறது. வீடு என்பது மனிதனின் சுயமரியாதை, என அப்பா அடிக்கடி சொல்வாரென அம்மா பலமுறை சொல்லி நான் கேட்டிருக்கிறேன். அப்பாவின் ஆசையை நிறைவேற்றுவதற்காகவே தோட்டத்தில் அழகான வீடொன்றைக் கட்டி, அதற்கு 'பழனி இல்லம்' எனப் பெயர் வைத்திருந்தார்.

தாத்தா இந்த வீட்டைக் கட்டி குடியேறாத வரை, அவரைக் கண்டிக்காரன் என்றும், இதற்கு முன்பு அவர் வாழ்ந்த வீட்டை கண்டிக்கார வீடு என்றும் ஊரார்கள் அழைத்திருக்கிறார்கள். அப்பா

மரணத்திற்குப் பிறகு தாத்தா கட்டிய இவ்வீட்டை 'பழனி வீடு' எனச் சொல்லிப் பழகியிருந்தார்கள்.

அப்பா இறந்துபோகையில், அக்காவிற்கு மூன்று வயது. நான் பிறந்து விவரம் தெரிந்த ஒரு நாள், பாட்டியின் நெற்றியைப் பார்த்து, "அம்மா, நீயும் பாட்டி மாதிரி நெத்தியில பொட்டு வச்சிக்கோம்மா" எனச் சொல்கையில், அம்மா உகுத்த கண்ணீரால் அப்பா எனக்குப் புகைப்படமாக மட்டுமே இருக்கிறாரெனத் தெரிந்துகொண்டேன்.

அப்பா இல்லாத குறையைத் தாத்தா போக்கியிருந்தார். என் மீது காட்டும் அதே அக்கறையை அவர் தொட்டாற்சிணுங்கிச் செடியின் மீதும் காட்டிவந்தார். நான் தெருவில் விளையாடி வீடு திரும்புகையில், என் வயிற்றைப் பார்த்து இரங்கும் அக்கறையொத்தே செடியின் மீதான அவரது அக்கறை இருந்தது. எனது முகத்தைப் போல அச்செடியின் இலை சோர்ந்துவிடக்கூடாது என்பதில் கவனம் கொண்டவராக இருந்தார்.

இச்செடி மேல்மாடத்தின் கூரையில், யார் கைக்கும் எட்டா உயரத்தில் தொங்கியிருந்தது. அதன் இலை தழைகள் தொட்டிக்குள் படர்ந்து, தொட்டிக்கும் வெளியே கிளை பரப்பி இருந்தன. அச்செடியின் மீது சூரிய ஒளி படும்படியாகவும்; மழை, சாரல் அதன் மீது படாதபடியும் அதை அவர் தொங்கவிட்டிருந்தார். அச்செடிக்குத் தண்ணீர் ஊற்ற சின்னதாக ஒரு பூட்டக்கட்டையுடன் கூடிய கயிற்றை இணைத்திருந்தார். கயிற்றை இழுத்தால் தண்ணீர்க் குவளை கீழே வரும். அதில் தண்ணீரை நிரப்பி மற்றொரு கயிற்றை இழுத்தால் அக்குவளை மேலே செல்லும். தண்ணீர் அச்செடியில் ஊற்றுவதற்குத் தனியே தும்புக்கயிறு இணைத்திருந்தார். அதன் வழியே அச்செடிக்குத் தண்ணீர் வார்க்கையில், "எங்க காலத்தில கிணத்துத் தண்ணிய இப்படித்தே இறைச்சோம்" எனச் சொல்லி முகம் பூரிப்பார்.

ஒரு நாளும் அச்செடியின் இலையை அவர் வாடவிட்டதில்லை. ஒரு நாள் அவரில்லாத நேரம் பார்த்து, ஒரு குச்சியால் அச்செடியின் இலையைத் தொட்டிருந்தேன். பள்ளியில் வரிசையாக நிறுத்திய மிதிவண்டிகள் காற்றினால் சாய்ந்து ஒன்றின்மேல் ஒன்றாகச் சரிவதைப்போல தொட்டாற்சிணுங்கி இலைகள் சாய்ந்து படிவதாக இருந்தன. சிணுங்கிய இலைகள் நிமிர்வதற்குள்ளாக தாத்தா வீடு திரும்பி, அச்செடியைக் கவனித்திருந்தார். "இந்த வேலைய யார் செஞ்சா?" எனக் கேட்கச் செய்தார். நான் கைகளைப் பிசைந்துகொண்டு

நிற்பதைப் பார்த்து, "இந்தச் செடி உன்ன என்ன செஞ்சதாம், அதெ ஏன் சிணுங்க வச்சாய்?" எனக் கண்டித்தார்.

தாத்தா, வீட்டைச் சுற்றிலும் நிறைய செடிகள் வளர்த்திருந்தார். அத்தனையும் மூலிகைச் செடிகளாக இருந்தன. துளசி, கண்டங்கத்தரி, ஆடாதொடா, தூதுவளை, குப்பைமேனி, இப்படியாக. தானாக முளைக்கும் அரிதான செடிகளை அவர் களையெடுப்பவரில்லை. ஆடு மாடுகள் செடியில் வாய் வைத்திடாமலிருக்க சுற்றிலும் உயிர்வேலி அமைக்கிறவர்.

இவ்வளவு செடி கொடிகள் தரையிலிருக்கையில் இந்த தொட்டாற்சிணுங்கியை மட்டும் ஏன் இவர் இவ்வளவு உயரத்தில் வளர்க்கிறார், எனப் பல நாட்கள் நினைத்திருக்கிறேன். அம்மாவிடம் இதைச் சொல்லிக் கேட்கையில், "இதை உன் தாத்தாவிடமே கேட்டுக்கோ" எனச் சொல்லி என் தலையைக் கோதினாள் அம்மா. தாத்தாவிடம் எத்தனையோ நாட்கள், இது குறித்து கேட்டிருக்கிறேன். அப்போது அவர் தொட்டாற்சிணுங்கிச் செடியை நிமிர்ந்து பார்க்க மட்டும் செய்வார்.

தாத்தாவுக்குப் போட்டியாக அக்கா சில செடிகளை வளர்த்து வந்தாள். பூச்செடிகள் அவை. மல்லிகை, கனகாம்பரம், சேவல் கொண்டை, சிறுமல்லி... பூச்செடியோடு மூலிகைச் செடிகளும் ஒரே நேரத்தில் பூத்துக் குலுங்கும். பூக்கள் மலரும்போது பூக்கள் மட்டுமல்லாது, அதன் காம்புகளும் தோட்டத்தை அத்தனை அழகாக்கும். பூக்களை அவள் பூக்களுக்கே வலிக்காதபடி இணுக்குவாள். அவள் வளர்த்த பூச்செடி பூக்களை வைத்துக்கொண்டு, மூலிகைப் பூக்களை எனது காதினில் வைத்துவிடுவாள். அப்படியாக வைத்துவிடுவது எனக்குப் பிடிக்கவே செய்யும். அக்கா எல்லாச் செடி பூக்களையும் பறித்தாலும் தொட்டாற்சிணுங்கிப் பூவைப் பறிக்க அவளது கை நீண்டதில்லை. மற்ற பூக்களைக் காட்டிலும் தொட்டாற்சிணுங்கியின் பூ பார்க்க மென் ஊதா நிறத்தில் அத்தனை அழகானதாக இருக்கும். அப்பூ மீது அவளது கை நீளாமல் இருப்பதற்குக் காரணம், தாத்தாதான். அக்கா பூக்களை இணுக்குகையில், "தொட்டாற்சிணுங்கி பூவப் பறிச்சிடாதே" எனக் கண்டிப்புத் தொனியில் சொல்வார்.

இத்தனை பூக்களில் தாத்தாவுக்குப் பிடித்தது, தொட்டாற்சிணுங்கி பூவுதான். அப்பூவை அவர் ரசிக்கும் பாங்கு அலாதியானதாக இருக்கும். அவர் அளவுக்கு என்னால் அப்பூவை ரசிக்க முடியாதென்றாலும் அப்பூ மற்ற பூக்களைவிடவும் அழகாகத் தெரியும். ஒரு மரத்திற்கும்

மனிதனுக்குமான கம்பீரம் அப்பூவில் பளிச்சிடும். மிக உயரமான கம்பத்தில் அலங்கரிக்கப்பட்ட வண்ண மின் விளக்குகளாகத் தெரியும். சூல் சுற்றிலும் மகரந்தத் தண்டுகள். அதன் ஒவ்வொரு முடிச்சிலும் வெள்ளை வெளீரென மகரந்தங்கள் தறித்திருக்கும். வீட்டில் உடைந்த நாற்காலி ஒன்றிருந்தது. அதில் ஏறித்தான் தாத்தா அச்செடியைப் பராமரிப்பார். பூத்து அதுவாகவே உதிரும் பூக்களை அவர் தொட்டியிலிருந்து அப்புறப்படுத்திட மாட்டார். அதன் பூ அதற்கே உரமாகுமென விட்டுவிடுவார்.

வீட்டிற்கும் வெளியே தோட்டத்து வரப்புகளில் தொட்டாற் சிணுங்கி செடிகள் நிறைய படர்ந்திருக்கும். அச்செடிகளை நான் கால்களால் தீண்டியிருக்கிறேன். அச்செடியின் இலைகள் ஒன்றின்மீது ஒன்றாகச் சாய்ந்து, என்னைப் பரவசமூட்டும். அப்பொழுதெல்லாம் அச்செடியின் பூ எனக்கு அழகாகத் தெரிந்ததில்லை. பாம்பைக் கண்டால் அடித்துவிட வேண்டும் என்கிற எழுதப்படாத விதியைப் போல அச்செடியை நான் பார்க்கும்பொழுதெல்லாம் கால்களால் தீண்டச் செய்வேன்.

ஒரு நாள் தாத்தாவுடன் நடந்து செல்கையில், அவரது நடையைப் பின்வாங்கி, செருப்புக் காலுடன் அச்செடியை உராய்த்தேன். அதைக் கண்டுவிட்ட தாத்தாவுக்கு சட்டெனக் கோபம் வந்திருந்தது. என்னை ஓர் அதட்டு அதட்டினார். “அது உன்னை என்ன செஞ்சதாம்? அதையேன் அப்படி மிதிக்க. அதுவும் செருப்புக் காலோட?” அவர் கேட்ட கேள்வியில் எனக்கு அழுகை வந்துவிட்டது. அதன்பின் அச்செடியை நான் தூரத்தில் நின்று பார்ப்பதோடு சரி. நான் படித்த பள்ளி வளாகத்தைச் சுற்றிலும்கூட தொட்டாற்சிணுங்கி செடிகள் நிறைய இருந்தன. எப்போதும் அதன் இலைகள் சோர்ந்தே இருக்கும். யாரேனும் அச்செடியைத் தீண்டியிருப்பர்.

ஒரு நாள் தாத்தாவிடம் வம்படியாகக் கேட்டுவிட்டேன். “இச்செடி காட்டுச்செடி. இச்செடிய யாரும் வீட்டில வளர்க்கிறதில்ல. இச்செடிய நீங்க வளர்க்கிறது அம்மாவுக்கும்கூட பிடிக்கல. இச்செடிய இவ்ளோ உசரத்தில வச்சி ஏன் வளர்க்குறீங்க?” இக்கேள்விக்கு தாத்தா என்ன பதில் சொல்லப் போகிறாரென அம்மா கவனித்தாள். அக்கா, “நல்ல கேள்வியா கேட்டேடா” என்றாள். பாட்டிக்கு இதுபோன்ற கேள்விக்குப் பதில் தெரியும். எதையும் தாத்தா சொல்லாத வரைக்கும் அவள் வாய் திறந்து சொல்லிவிட மாட்டாள். தாத்தா, தொண்டையைச் செருமிக்கொண்டார். அப்படியாகச் செருமினால் அதற்குள் பெரிய கதை இருக்கிறதென்று நாங்கள் தெரிந்து வைத்திருந்தோம்.

கண்டியிலிருந்து குடும்பத்துடன் தாய் நாடு திரும்பியவர்தான், சடையப்பன். ஊரில் அவருக்கு கண்டிக்காரன், என்றே பெயர். இலங்கை - சுதந்திர இந்தியா உடன்படிக்கையால் பல்லாயிரம் தமிழர்களைக் கண்டி தேசம் திருப்பி அனுப்பியிருந்தது. தாய் மண்ணுக்குத் திரும்பிய சடையப்பன், அவருக்கான சொந்த ஊரில் சின்னதாக வீடு கட்டிக் குடியேறினார். அப்போது அவரது மகன் பழனிக்கு மூன்று வயது.

நாடு திரும்பிய அவரது கையில் பணம் புழங்கியிருந்தது. பணம் பெட்டிக்குள்ளிருந்தாலும் அதன் மவுசு வெளியே தலை நீட்டவே செய்யும். ஊர்க்குடியானவர்கள் பலரும் அவர் வீட்டுக்குப் பண உதவி கேட்டு வந்துசெல்வதாக இருந்தார்கள். அவரது நடை உடை, பழக்கவழக்கம் மலைவாசிக்குரியதாக இருந்தாலும் பேச்சிலும் பழகுவதிலும் வாக்குச் சுத்தமிருந்தது. யார் வீட்டுத் தேவை யென்றாலும் அவருக்கு அழைப்பு வரும். மொய் செய்யாமல் அவர் யார் வீட்டிலும் கை நனைக்காதவராக இருந்தார்.

அப்படியாகத்தான் அவருடன் நட்பாகப் பழகியிருந்த ஒரு குடியானவர், மகன் திருமணத்திற்கு அழைப்பு விடுத்திருந்தார். எப்போதும் தான் மட்டுமே விசேச வீட்டிற்குச் செல்லும் சடையப்பன் அன்றைய தினம், மகனை அழைத்துச் சென்றிருந்தார். திருமணம் முடிந்து, சாப்பாட்டுப் பந்தி நடந்தேறியது. மூன்று வகையான பந்திகள். நெருங்கிய உறவுக்காரர்களுக்கு மாத்துவிரிப்பாக வேட்டிகள் விரித்திருந்தன. இது சம்பந்தி பந்தி. பெரிய இலை. விசேசமான கவனிப்புகள். அடுத்து, சேலைகள் மாத்தாக விரிக்கப்பட்ட பந்தி. இதில் உள்ளூர் சாதிக்காரர்கள் அமர்ந்து சாப்பிடுவதாக இருந்தார்கள். அடுத்ததாக வெறுந்தரை பந்தி. அதற்கும் வெளியே சடையப்பனின் தெருவினர் சோறு வாங்கிச் செல்ல, சட்டி முட்டி பாத்திரங்களுடன் ஒற்றைக்காலில் கொக்கைப் போல நின்றிருந்தார்கள்.

தேவைக்காரர், சடையப்பனை சேலைகள் விரிக்கப்பட்ட பந்தியில் அமரவைத்தார். அப்படியாக அவர் அமர வைப்பதற்கு சடையப்பன் செய்த பண உதவியும் ஒரு காரணமாக இருந்தது. அருகில் மகனை அமர வைத்துக்கொண்டார். இலை விரிக்கப்பட்டது. தண்ணீர் தெளித்தார்கள். கூட்டும் பொரியலும் வைத்தார்கள். சோறு வைத்து, குழம்பு ஊற்றினார்கள். இலையில் சூடு பறந்தது.

பழனி, சாப்பிட ஆவல் பறந்தான். சோற்றில் கையை வைக்கவும், சோறும் குழம்பும் சுட, விரல்களை அத்தனை வேகமாக வாயில்

வைத்தான். சோறு சுடுகிறதென அழுதான். சடையப்பன், மகனுக்கு சோற்றைப் பிசைந்துகொடுத்தார். அவன் வாஞ்சையோடு சோற்றைக் கையில் அள்ளி வாயில் வைக்கப்போகையில், ஒரு செருப்புக்கால் இலையை உதைத்தது.

சடையப்பன் குலை நடுங்கிப்போனார். அவரது இலையை உதைத்திருந்தால்கூட அவரது ஈரக்குலை அப்படியாக நடுங்கியிருக்காது. இலையில் கால் தெரியாமல் பட்டிருக்குமென்றே முதலில் நினைத்தார். மறுகால் அவரது இலையை உதைத்தது. மகனைத் தூக்கிக்கொண்டு எழுந்துவிட்டார். அவரைச் சுற்றிலும் சாதிக்காரர்கள். "ஒன் சாதியென்ன, ஒன் பொறப்பென்ன? உன் தராதரம் என்ன? ஒனக்கு மாத்துவிரித்த பந்தியில சோறு கேட்குதா?" மற்றொருவன் காலைத் தூக்கியபடி ஓடி வந்து ஓங்கிய வேகத்தில் உதைத்தான்.

சடையப்பன் உதைத்த காலினைப் பார்த்தார். கால்கள் என்பது நடப்பதற்கானது என்றே இத்தனை நாட்கள் நினைத்திருந்தார். படைப்பின் நோக்கை மீறும் எந்த உறுப்பும் தள்ளாத வயதில் நோகவே செய்யும், என மனதிற்குள் முணுமுணுத்துக் கொண்டார். அவரை நோக்கி ஓங்கிய கால்கள், மகனின் பக்கம் திரும்பிவிடக்கூடாது என்பதில் கவனமாக இருந்தார். மகனைத் தன்னோடு இறுக அணைத்துக் கொண்டார். இலையை எட்டி உதைத்ததில், பருக்கைகள் பூப்பூவாய் பறந்து பலரின் தலையில் அட்சதையாக விழுந்தன.

கல்யாணத் தேவைக்காரர் ஓடிவந்தார். சடையப்பனுக்காகப் பரிந்து பேசினார். "அவர் ஒங்களுக்கு நிகரா மொய் வச்சிதே சாப்பிடுறார்" என்றார். "அதுக்காக நம்ம சாதிக்கு நிகரா உட்கார்ந்து சாப்பிடுவானோ?" எனச் சாதிக்காரர் ஒருவர் கேட்டதும் தேவைக்காரர் வெறுங்கை பிசைந்து நின்றுபோனார்.

"சாதி, சமயம் சங்கடம்" வள்ளலாரின் சொற்களை உதிர்த்தவராய், மகனைக் கூட்டிக்கொண்டு பந்தலிலிருந்து வெளியேறினார் சடையப்பன்.

தான் கண்டியில் கொத்தடிமையாக வேலை செய்கையில், சிங்கள முதலாளிகள் தமிழகத் தொழிலாளிகளை இப்படிக் கீழ்த்தரமாக நடத்தியதில்லை. ஆனால் சொந்த நாட்டில், சொந்த ஊரில், என நினைக்கையில் அவரது கீழுதடு பிதுங்கியது. இந்தச் சோற்றுக்காகவா நான் இந்தக் கல்யாணத்திற்கு வந்தேன். இல்லை, அழைக்காமல் வந்தேனா? என்னை உதைத்தவனைவிடவும் நான் எந்த வகையில் தாழ்ந்தவன்? அவரது முகத்தில் உளியால் தோலுரிக்க முடியாத அவமானம் தின்று கிடந்தது. ஊசிப்போனதை உண்பதைவிட

பசித்திருப்பது நல்லது, என நினைத்தவராய் அவருக்கு ஏற்பட்ட அவமானத்தை மனதிற்குள் மென்று செரித்தார். அவரது மகன், பால்ய குழந்தைக்கு ஏற்பட்ட அவமானத்தை நினைத்து நெஞ்சுக்குள் பொருமினார்.

மூன்று வயதான பாலகன் பழனிக்கு என்ன நடந்ததென்றே விளங்கவில்லை. மகனின் முகத்தைக் குனிந்து பார்த்தார். முகம் சோர்ந்து சுணங்கியிருந்தது. முதிய வயது நோயும், இளவயது அவமானமும் பொல்லாதது. அவமானம் என்பது பனை மரத்தில் விழும் ஆலவிதை. அதை வளர விடுத்தால் விருட்சத்தை அழித்து ஆலம் வாழும். சின்னஞ்சிறிய விதை, திடமான பனையை அழித்து விடுவதைப்போல, இந்த அவமானம் என் மகனை அழித்துவிடுமோ, என நடுங்கினார். இந்த அவமானத்திலிருந்து மகனை மீட்டெடுக்கும் மூச்சில் இறங்கினார்.

ஏற்றத் தாழ்வுகளைக் களையும் மருந்து பணமோ, வசதியோ அல்ல படிப்புதான்! மகனை என்ன விலை கொடுத்தேனும், படிக்கவைத்து ஆளாக்க வேண்டுமென நினைத்தவர், மகனை உடம்போடு அணைத்தவாறு வீட்டுக்கு அழைத்துவந்தார். உச்சி வெயிலின் இளஞ்சூடு அவர்களது பிடரியில் ஊர்ந்தது.

அவரது மனக்கூட்டை கரையான் சேனைகள் அடையடையாக விழுந்து பிடுங்குவதைப் போலிருந்தது. வீடு அடைவதற்குள் பந்தியில் ஏற்பட்ட அவமானத்தை மகன் மறக்க நினைத்தார். அதற்காக அவர் மகனிடம் விளையாட்டு காட்டிக்கொண்டு வந்தார். பிஞ்சு முற்றிக் கனியாக வேண்டும். அப்பொழுதுதான், அந்தக் கனியிலிருந்து வீரியமான விதைகள் கிடைக்கும். இளமையிலேயே அந்தப் பிஞ்சு வெம்பிவிடக் கூடாது, என நினைத்தவர் மகனைத் தூக்கித் தோளில் வைத்துக்கொண்டு, பறவை, மேகம், வானத்தைக் காட்டியபடி அவனின் நினைவுகளைத் திசை திருப்பினார். மகன் மெல்ல இயல்பு நிலைக்குத் திரும்பியிருந்தான். இப்போது அவனது முகம் முன்புபோல் சோர்ந்தோ, சொடுங்கியோ இருந்திருக்கவில்லை. இயல்பான முகவெட்டில் வார்த்திருந்தது.

பழனி, அப்பாவின் தோளிலிருந்து இறங்கி நடந்தவனாக இருந்தான். பாதையின் இரு புறமும் தொட்டாற்சிணுங்கிச் செடிகள் முளைத்திருந்தன. அச்செடியை அவன் பார்க்கையில் ஒரு குதூகலம் அவனைத் தொற்றச் செய்யும். அச்செடிகள் அவனை விளையாட வா என அழைக்கும். அவன் கைகளைக் கொட்டிக்கொண்டு

அச்செடியை நோக்கி ஓடினான். காலால் அதன் இலைகளை உதைத்தான். இலைகள் சிணுங்கி தரையோடு படிந்தன. இதை மகன் உள்ளூற ரசிப்பான் என்றே நினைத்தார். பழனி அதை ரசிக்கவில்லை. இலையின் சிணுங்கல் அவனை வசியூட்டுவதற்கு மாறாக சற்று முன்பு அவன் எதிர்கொண்ட அவமரியாதையை நினைவூட்டுவதாக இருந்தது. அவனது முகம் மாறியதைப் போலத்தான் அந்த இலையின் சுணங்கல் இருந்தது. அதைப் பார்த்ததும் அவனது கண்கள் நீர் கொண்டன. மதிய சூரியனைச் சற்று கூர்ந்து பார்த்தது போல, அவரது கண்கள் கடுகடுத்தன. உடனே உடையும் அழுகையைக் காட்டிலும், காலம் கடந்து உடையும் அழுகை கனமானது என்பதைத் தன் மகனின் கண்களைக் கண்டு உணர்ந்திருந்தார் சடையப்பன்.

சடையப்பன் முட்டிக்காலிட்டு அச்செடியின் முன்பு அமர்ந்தார். அவரையொட்டி மகன் அமர்ந்தான். இருவரும் செடியின் இலை, தழைகளைப் பார்ப்பதாக இருந்தார்கள். இலைகள் பந்தியில் விரிக்கப்பட்ட வாழை இலையாகவும் இலையின் சிணுங்கல் மகனின் முகமாகவும் தெரிந்தன. தொட்டாற்சிணுங்கியின் இலையில் மகனின் முகத்தையே பார்த்தார். மகனின் முகத்தில் தொட்டாற்சிணுங்கிகள் தெரிந்தன. மகன், சோர்ந்திருந்த இலைகளைத் தடவிக்கொடுத்தான்.

செடியில் முட்கள் இருந்தும் இச்செடியை ஏன் மிதிக்கிறார்கள்? இலை, காம்பிடை முட்களை நினைக்கையில் சடையப்பனுக்குக் கோபம் வந்தது. இந்த முட்கள் தன்னை உதைப்பவர்களையும் மிதிப்பவர் களையும் குத்திப் பதமாக்கினால், இப்படியாக மிதிப்பார்களா என நினைத்தவர் வீரிய முட்களில்லாத அச்செடிக்காக இரங்கினார். அதிலிருந்தே தொட்டாற்சிணுங்கி செடியின் செழிப்பையும் அதன் சிணுங்கலையும் கவனிக்கத் தொடங்கினார். யாரும் போகிற போக்கில் அச்செடியைக் காலால் உதைப்பதைத் தனக்கும் தன் மகனுக்கும் ஏற்பட்ட அவமானமாகவே பாவித்தார். "அச்செடி உங்கள என்ன செய்ததாம், அதை ஏன் அப்படி அவமதிக்கிறீங்க?" எனக் கேட்கச் செய்தார். அச்செடியை அவர் தன்னையொத்த எளியவர்களின் முகமாகவே பார்க்கத் தொடங்கினார்.

பழனிக்கும் அச்செடியின் மீது கரிசனம் வந்துவிட்டிருந்தது. அச்செடியை அவன் காணும்போதெல்லாம் குனிந்து அதன் இலைகளைப் பார்க்கவும் அதன் தழைகளைத் தடவிக் கொடுப்பதுமாக இருந்தான். அவனது பள்ளிப் பருவத்திலும் கல்லூரிப் பருவத்திலும் தொட்டாற்சிணுங்கி செடி அவனது வாழ்வோடு இரண்டறக் கலந்துவிட்ட செடியாக ஆகிவிட்டிருந்தது.

பழனி வெளியூரில் படித்த காலத்தில் அச்செடியை இங்கேயிருந்து வேரோடு பிடுங்கிச் சென்று தொட்டியில் வைத்து வளர்ப்பதாக இருந்தான். அச்செடியை வாஞ்சையோடு வளர்த்ததில்லாமல், அதன் இலைகள் சோர்ந்து போகாதளவிற்குப் பார்த்துக்கொண்டான்.

சடையப்பனுக்குத் தன்னோடு மகனில்லாத குறையை இந்த தொட்டாற்சிணுங்கிச் செடி போக்கியிருந்தது. இச்செடி அவருக்குத் தன் மகனாகத் தெரிந்தது. இந்தப் பாவிப்பு அவர் மனதில் அடி ஆழத்திற்குச் செலுத்தப்பட்டுவிட்டது. வேலியோரத்தில் மண்டிக் கிடந்து, பலராலும் அவமதிப்பிற்குள்ளாகும் அச்செடியை மாளிகை மேல் ஏற்றி அழகு பார்ப்பதில் குறியாக இருந்தார். அப்படியாகவே அச்செடியை அவர் பால்கனியில் வளர்த்து வந்தார்.

அவரது தோட்டத்தில் பல செடிகள், தரைச் செடியாக இருக்கையில் இந்த தொட்டாற்சிணுங்கிச் செடியை இவ்வளவு உயரத்தில் வைத்து வளர்ப்பதற்கான காரணம் இதுதான், எனச் சடையப்பன் காரணக் கதையைச் சொல்லி நிறுத்துகையில், அவரது முகம் இதுநாள் வரையில்லாத பிரவாகமெடுத்தது.

நான், தொட்டியில் வளர்ந்து கிளைபரப்பியிருந்த பாசிப்பச்சை நிறத்தினாலான தொட்டாற்சிணுங்கிச் செடியை வைத்தகண் எடுக்காமல் பார்த்தேன். என்னைப் போலவே அம்மாவும் அக்காளும் பார்த்திருந்தார்கள். கதையைக் கேட்ட அம்மாவின் கண்கள் குழம்பிக் கலங்கியிருந்தன. அம்மா முதன்முறையாக அச்செடியைக் கரிசனத்தோடு பார்க்கத் தொடங்கியிருந்தாள். பாட்டியின் கண்களில் நீர் கோர்த் திருந்தது. கண்களைத் துடைத்தவளாய், "இதையெல்லாம் புள்ளக்கிட்ட ஏன் சொல்றீங்க?" என்றாள்.

"சொன்னாத்தானே எதற்குள்ளாக நாம் வாழ்கிறோமெனத் தெரியும்" என்றார் தாத்தா.

எங்களைச் சுற்றி முழு அமைதி நிலவியது. அம்மா, அப்பாவை நினைத்துத் தேம்பியிருந்த அழுகையை நிறுத்தியிருந்தாள். பூர்ண அமைதியைக் குலைக்கும்படியாக நான் கேட்டேன். "தாத்தா, நீங்கதான் அடிக்கடி சொல்வீங்க. அவமான சம்பவங்கள ரொம்பக் காலத்திற்கு மனதிற்குள் போட்டு அடைக்கக்கூடாது. அது உடம்பை வதைக்குமென. இப்ப நீங்களே இந்தச் செடியை வளர்த்து, அந்த அவமானத்த நினைக்க வச்சிட்டீங்களே?" என்றேன்.

தாத்தா என்னைக் குனிந்து பார்த்தவர், "நான் இந்தச் செடிய வளர்க்கிறது தொட்டவுடன் சிணுங்கும் இலைக்காக அல்ல. அதன் பூவுக்காக" என்றார். இப்போது எங்கள் எல்லோருடைய கவனமும் அச்செடி பூத்திருந்த பூக்களின் மீது குவிந்தது. நான் நாற்காலியில் அத்தனை வேகமாகத் தாவி ஏறி தொட்டியை நெருங்குகையில், என் விரல் என்னையும் அறியாமல் இலைகள் மீது பட்டுவிட்டது. இலைகள் சிணுங்கி, காம்போடு சாய்ந்தன. அடுத்து நான் பூவைத் தொட்டேன். அப்பூ சிணுங்கவில்லை. தாழவில்லை. புகைப்படத்தில் நெஞ்சு நிமிர்த்தி நிற்கும் அப்பாவைப் போல நிமிர்ந்து நின்றது.

அலுக்கை வாசனை

"இந்த மாடுக என்னமா பேசுது. இதுகள மேய்க்கிற உங்களுக்குதே பேசத் தெரியுறதில்லே" அப்பாவை ஊர்ப்பொடியன்கள் மேய்ச்சல் காடுகளில் இப்படித்தான் கேலி செய்வார்கள். இதற்காக அப்பா ஒரு காலமும் கோபித்துக்கொண்டதில்லை. இந்தப் பொடியன் என்ன அழகா பேசுறான் பார், எனப் பார்த்தவராய் இருப்பார். சரளமாகப் பேசுபவர்களைக் கண்கொட்டி பார்ப்பார். யார் பேசுவதும் அவருக்குப் பிடிக்கவே செய்யும். அவர் பேச்சுதான் அவருக்குப் பிடிப்பதில்லை.

அப்பாவுக்குத் தாத்தா சூட்டிய பெயர் சுப்பையா. உறவுக்காரர்கள் சுப்பன் என அழைத்து வந்தார்கள். அப்பாயி, பெரியப்பா, பங்காளிகள் எல்லாரும் சுப்பா, என்று அழைத்தார்கள். ஊரார்கள் அழைப்பது ஊமையன் என்று. அதற்கேற்ப, அப்பாவும் 'அடேய் ஊமையா' எனக் கூப்பிடுகையில் திரும்பிப் பார்த்து, இதுதான் தன் பெயரென ஏற்றுக்கொள்கிறவராக இருந்தார். ஊரில் வாய்பேச முடியாதவர் மூன்று நான்கு பேர் இருந்தார்கள். அவர்கள் யாரும் ஊமையன் என அழைக்கப்படாமல் அப்பா அப்படியாக அழைக்கப்படுவதை நினைக்கையில் அம்மாவுக்கு கண் மண் தெரியாமல் கோபம் வரும். "யாரும் உங்கள ஊமையானு கூப்பிட்டா திரும்பிப் பார்க்காம நடங்க" என அம்மா அவருக்கு வகுப்பெடுப்பார். அப்பா அப்போதைக்குச் சரியென்பார். ஆனால், ஊமையா என யாரேனும் சத்தம் கொடுத்தால் அவரையும் அறியாமல் திரும்பிப் பார்ப்பதில் மீளாதவராக இருந்தார்.

அப்பா ஒன்றும் ஊமையல்ல. அவரது நுனி நாக்கு சற்றே தட்டைகட்டி இருந்ததில் ல, ழ, ள - வை அவ்வளவாக உச்சரிக்க முடியாது. இதை வைத்துதான் ஊரார்கள் அவரை ஊமையன் என அழைத்திருக்கிறார்கள். அப்பாவும் ஊமையனாகியிருந்தார்.

அப்பாவுக்கு எழுதப் படிக்கத் தெரியாது. ஊரில் படிக்காத பாமரர்கள் பலர் இருந்தாலும் படிக்காதவரென அப்பட்டமாகத் தெரிவது அப்பாவிடம்தான். அண்ணா, அண்ணாவென அப்பாவையே சுற்றிவரும் அத்தை படிக்காமல் போனதற்கும்கூட காரணம் அப்பா தான். அப்பா பள்ளிக்கூடம் போயிருந்தால் அத்தையும் போயிருப்பாள் என்பது எனது சமீப கண்டுபிடிப்பு.

அப்பா சிறுவனாக இருந்த காலத்திலேயே ஊருக்குள் பள்ளிக்கூடம் வந்திருக்கிறது. பள்ளிக்கூடத்தின் கல்வெட்டு அப்படியாகத்தான் சொல்கிறது. அது, ஊரின் மையத்திலில்லாமல் ஊருக்கும் வெளியே வெகு தொலைவில் இருந்திருக்கிறது. ஏன்ப்பா படிக்கலனு அப்பாவைக் கேட்டால், “பர்ரிக்கொடம் தொரவா இருந்துச்சு. அவ்ரோ நெட்டுக்கு என்னார போவ முடிர” என்பார். அப்பாவுக்கு ல என்பது ர என்றே வரும்.

அவரது இந்தப் பதில் எனக்கு வியப்பாக இருக்கும். அப்பாவுக்குத் தூரமோ, உயரமோ மலைப்பில்லை. ஏன் ஆழம் அகலம்கூட அவரைப் பொறுத்தவரைக்கும் ஒரு தாண்டுதான். அப்பாவால் முடியாத வேலை யென்று ஒரு வேலை ஊரில் இருந்ததில்லை. அப்பாவின் முரட்டுத் தனத்துக்கு எந்த வேலையும் தவிடுபொடிதான். முரட்டுத்தனம் என்பது அவரது குணமாக இருந்தது. அதை வைத்து அவரது இளமைக் காலம் எப்படியாக இருந்திருக்குமென அவ்வப்போது அசைபோட்டு பார்த்துக் கொள்வேன். வளர்ப்பவனுக்கும் அடங்காத கோண்டி கன்றுக் குட்டியைப் போலத்தான் இளமையில் அப்பா இருந்திருக்க வேணும்.

நன்றாக மரம் ஏறக்கூடியவர் அப்பா. வாது இல்லாத தென்னை, பனை மரங்களில் கால்களால் உந்திக்கொடுத்து உச்சிக்கு ஏறுவார். அவர் மரம் ஏறுவது தரையில் கங்காரு நடப்பதைப் போலிருக்கும். அப்பாவின் தேசிய உடுப்பு பட்டாபட்டி டவுசர். அதற்குள் வெத்திலை முடிச்சு, புகையிலைப் பொட்டலம், சில்லறைக்காசுகள்... என சகலமும் வைத்திருப்பார். பின், இடுப்பில் நுங்கு சீவும் சூரிக்கத்தியைச் செருகிக் கொண்டு மரத்திலிருந்து நுங்கு, தேங்காய்களை வெட்டி கீழே இறக்கி விட்டு, இறங்காமல் அந்த மரத்திலிருந்தபடியே அடுத்த மரத்திற்குத் தாவுவார். கரணம் தப்பினால் மரணம் என்பதாகவே அவரது தாவுதல் இருக்கும். மரத்தின் மட்டைகளைப் பிடித்துக்கொண்டு தாவுகிறவர் குரங்கைப் போல ஒரு தாவு தாவி, மரத்தின் தண்டைப் பிடித்துக் கொள்வார். அப்பா, இதைக் குரங்குத் தாவுதல் என்பார். இதை அவர் இயல்பாகச் செய்தாலும் ஊரும் தெருவும் அவரை சாகசக்காரராகவே பார்க்கும்.

ஊர் கண்கொட்டி வேடிக்கை பார்ப்பதை அம்மா கண்களை மூடிக்கொண்டு அவளது பிறந்த வீட்டு ஆனந்தப்பேச்சி குலதெய்வத்தை வேண்டி நிற்பாள். இந்த மனுசன் ஏன்தான் இப்படியெல்லாம் செய்கிறாரோ, எனக் கேட்பதைப்போல அவரது பார்வை இருக்கும். அம்மா திட்டுவதை அப்பா காதில் வாங்கிக்கொள்ளமாட்டார். அப்பாவைப் பெற்று வளர்த்த அப்பாயி சொல்லுக்கு சற்றே

செவிமடுப்பார். அவர் மரமேறி இறங்குகையில், அவள் பெரிய சிம்புக் குச்சியை எடுத்துக்கொண்டு விலாசுவதைப் போல வருவாள். “அவன் எறங்கி வரட்டும். அவன நான் என்ன செய்றேனு பாரு” என வரிந்துகட்டிக்கொண்டு நிற்பாள்.

அந்த வயதிலும் கை நீட்டி அடிக்கும் உரிமையை அப்பாயிக்குக் கொடுத்திருந்தார். அப்பா சிறுவனாக இருக்கையில் அவரை எப்படி யெல்லாம் அப்பாயி அடித்திருப்பாள், என்பதை அகக்கண் கொண்டு பார்ப்பவனாக இருந்தேன். அப்பாயி அடிப்பது அப்படியொன்றும் வலித்துவிடாது. அப்பாவின் தாட்டியான உடம்புக்கு எலும்புக் கூடமாகக் கொண்ட அப்பாயியின் ஓங்கிய அடி தட்டிக்கொடுத்து தடவிக் கொடுப்பதாக இருக்கும். அவளது உடற்தினவு அந்தளவிலேயே இருந்தது.

ஒரு நாள் பனை மரத்திலிருந்து இறங்கி வந்த அப்பாவை அவள் நாலு சாத்து சாத்தினாள். அவள் அடிக்கையில் அப்பா முதுகை வளைந்துகொடுத்து சிரித்தபடி கால்சட்டைக்குள் கையை விட்டு வெற்றிலை முடிச்சைப் பிரித்து, ஒன்றரை வெற்றிலையை எடுத்து காம்பைக் கிள்ளிக்கொண்டிருந்தார். அவரது செய்கை எனக்கும் ஊருக்கும் வேடிக்கையாக இருந்தது.

அப்பாவை அவள் அப்படியாக அடிப்பது அம்மாவுக்குப் பிடிக்காது. “என்னடி உன் புருசன அடிக்கிறா, பார்த்துக்கிட்டு நிற்கே” என ஊரார்கள் முடுக்கிவிடுவார்கள். அம்மா, அப்பாயியின் குறுக்கே பாய்ந்து அடிப்பதைத் தடுத்தாள். “என் புருசன அடிக்க நீ யாரு?” எனக் கேட்டு சண்டைக்கு நிற்பாள்.

“என் புள்ளய நான் அடிக்கேன். அதைக் கேட்க நீ யாரடி?” அப்பாயி பதிலுக்கு அம்மாவிடம் சண்டைக்கு ஏறுவாள். இருவருக்கு மிடையே மாமியார் மருமகள் சண்டை களைகட்டும். அப்பாயி அளவிற்கு அம்மாவுக்கு பேசத் தெரியாது. உன் அளவுக்கு என்னால் பேச முடியாதென தோல்வியை ஒப்புக்கொண்டவளாட்டம் ஒட்டுத் திண்ணையில் குந்திவிடுவாள். இந்தச் சண்டை சச்சரவெல்லாம் கொஞ்ச நேரத்திற்குத்தான். மறுநாள் அப்பாயி சொற்பேச்சுக்கு ‘இம்’ போடுகிறவளாக அம்மா ஆகிவிடுவாள்.

அப்பாவிற்கு இரண்டு அண்ணன்கள். அவர்கள் என்ன சொன்னாலும் கேட்டுவிடுகிறவராக அப்பா இருந்தார். அப்போது அப்பா வாலிப பையனாக இருந்த காலம். ஒரு நாள் வீட்டுத் தோட்டத்திற்குள் ஆடுகள் நுழைந்து வாய் வைத்துவிட்டன. அப்பா ஆடுகளை

அலங்கப்புலங்க விரட்டியடித்திருக்கிறார். ஆடுகள் திரும்பத் திரும்ப நுழைந்திருக்கின்றன. பெரியப்பா தொலைவில் நின்றவராய், "ஆட்டோட காதுகளப் புடிச்சி அறுடா. அப்பதான் இந்த ஆடுக திரும்ப வராது" என வாய்ப் போக்காகச் சொல்ல, அப்பா அப்படியே செய்துவிட்டார். ஆடுகள் கத்திக்கொண்டு வளர்த்தவர் வீட்டுக்கு ஓட, மறுநாள் ஊர்ப் பஞ்சாயத்தாகிவிட்டது. ஆட்டுக்காரர் குதி குதியெனக் குதித்து, அபராதம் கேட்டிருக்கிறார். ஊரும் தண்டம் வைக்கச்சொல்லி பஞ்சாயத்து வரிந்துகட்ட, பஞ்சாயத்திற்குச் சென்ற பெரியப்பா, "அட விடுங்கப்பா. ஊமையன் தெரியாத்தனமா செஞ்சுப்புட்டான். அவன நான் கண்டிச்சிக்கிறேன். இதுக்குப் போயி தண்டம் கிண்டமென. விட்டுத்தொலைங்க. பய இளமைத்துடிப்புல பண்ணிப்புட்டான்" எனப் பத்தாம்பதவுசாகப் பேசி பஞ்சாயத்தின் கோபத்தை அம்சடக்கியிருக்கிறார்.

பஞ்சாயத்து முடிந்து வீடு திரும்புகையில், "ஆடு மாடு வளர்க்கிறவங்க இனி வெள்ளாம கொல்லைக்குள்ள ஆட்ட விடாம பார்த்துக்கோங்க" எனச் சொல்லி திரும்பியிருக்கிறார் பெரியப்பா. அதன்பிறகு, ஊரார்கள், "ஆடு மாடுக பத்திரம். ஊமையன் கொல்லைக்குள்ள எறங்குனீச்சி. காதுக போயிரும்..." எனச் சொல்லி வளர்க்குமளவிற்கு அப்பா பிரபல்யமாகியிருந்தார். இப்படி எதையும் முரட்டுத்தனமாகச் செய்துவிடும் அப்பா, பள்ளிக்கூடம் தொலைவு என்று சொன்னது எனக்குப் புதிராக இருந்தது.

இந்தக் கேள்வியை நான் அவ்வப்போது அவரிடம் கேட்பவனாக இருந்தேன். பள்ளிக்கூடம் இருந்த தூரத்தை அவர் 'எட்டி' என்றும் 'தொரவு' என்றும் சொல்லிவந்தார். அப்பா சொல்கிற தொலைவு, மேற்காகவும் மேலத் தெருவாகவும் இருந்தது. இப்போது பள்ளிக்கூடம் ஊர் மத்தியில் இருக்கிறது. அப்பா காலத்தில் இந்தப் பள்ளிக்கூடம் ஊர் மையத்தில் இருந்திருந்தால் அப்பா இரண்டெழுத்துகளும் அத்தை ஒன்றரை எழுத்துகளும் படித்திருப்பார்கள்.

அப்பா பற்றி பேச்செடுக்கும் யாரும் அலுக்கைத்தூள் சம்பவத்தை நினைவுகூராமல் செல்வதில்லை. அவரது படிப்பறிவை ஊரார்கள் கேலி செய்து சிரிக்குமளவிற்கு அந்தச் சம்பவத்தை அவர் நிகழ்த்திவிட்டிருந்தார். யாராலும் அத்தனை எளிதில் மறக்க முடியாத சம்பவமாக அது இருந்தது. அலுக்கைத்தூள் சம்பவத்தைச் சொல்கையில் அப்பா அத்தனை அமைதியாகக் கேட்டுக்கொள்வார். அவரையும் அறியாமல் மெல்லிய சோகம் கண்களில் நிழலாடும். சம்பவத்தைச் சொல்லி

முடிக்கையில் அவர்களோடு சேர்ந்து அப்பாவும் சிரிப்பார். ஆனாலும் வெளியில் காட்டமுடியாத ஓர் அவமானம் முகத்தில் தழும்பியாடும்.

அலுக்கைத்தூள் கதையை யாரேனும் சொல்கையில், அந்தச் சம்பவத்தை நிகழ்த்திய அப்பாவின் முதுகில் நான்கடி வைப்பதை வழக்கமாகக் கொண்டிருந்தாள் அப்பாயி. "புள்ள பெத்து வளர்த்திருக்கேன் பாரு புள்ள. உலக்கையாட்டம். மூளைனு ஒண்ணு இருந்திருந்தா இப்படியொரு வேலய செஞ்சிருப்பானா..." என, இப்போதுதான் அந்தச் சம்பவம் நடந்ததைப் போல காத தூரத்துக்கு திட்டித் தீர்ப்பாள். அவள் அடிக்கையில் அப்பா ஒரு நாளும் எதிர்க்கவோ தடுக்கவோ செய்ததில்லை. அவர் சிரித்தபடியே உட்கார்ந்திருப்பார். சில நேரம் "இம், அந்த எடத்துரதே அரிக்குது. இன்னும் ரெண்டு சாத்து சாத்து" என்பார். அந்த இடத்தில் மேலும் நான்கு சாத்து சாத்துவாள் அப்பாயி. அவள் அப்பாவைக் கை நீட்டி அடித்துவிட்டு, அத்தோடு விட்டுவிடுவதில்லை. அடித்த இடத்தை ஒத்தடம் கொடுப்பதைப்போல தடவிக்கொடுக்கவும் செய்வாள்.

எங்கள் ஊர் மானாவாரி பூமி. பண்டிகைக் காலங்களைச் சமாளிக்க ஊரார்கள் மூட்டை முடிச்சை கட்டிக்கொண்டு கீழைச்சீமைக்குச் சென்று வருவார்கள். கீழைச்சீமை என்பது தஞ்சைக்குக் கிழக்குப் பகுதி. பட்டுக்கோட்டை, ஆலடிக்குமுளை, ஏனாதி, ஒரத்தநாடு... என அதைச் சுற்றியுள்ள ஊராக இருந்தது. களைபறிப்பு, சஞ்சாய் அறுப்பு, குத்தகை அறுப்பு எனப் பேசி முடித்து நெல் மூட்டைகளைக் கட்டிக்கொண்டு ஊர் திரும்புவார்கள். தீபாவளி என்றால் நடவு. பொங்கலுக்கு அறுப்பு. பத்து மூட்டைக்கு ஒரு மூட்டை நெல் என்பது அவர்களது நியாயக் கூலியாக இருந்தது.

அத்தை, அதுநாள் வரைக்கும் கீழைச் சீமைக்குப் போனதில்லை. அப்பாயி, அவளை வீட்டுக்கு வெளியே அனுப்பியதில்லை. அவள் வயதையொத்த பெண்கள் கிளம்பியதும் அத்தையும் கிளம்பிவிட்டாள். மகளை வீட்டை விட்டு வெளியே அனுப்பாத அப்பாயி அப்பா, அம்மா கிளம்பியதும் அவர்களினூடே நம்பி அனுப்பிவைத்தாள்.

அத்தைக்கு இது புது அனுபவம். வீட்டில் பொங்கிக்கொண்டு வீடு வாசலை கூட்டிப் பெருக்கிக்கொண்டு வீடே உலகமென இருந்தவளுக்கு, வயலும் வெயிலும் நெற்கதிரின் வெட்கையும் அவளது உடம்பை ரணப்படுத்தியிருக்கிறது. அவள் அப்பாவிடம் சொல்லி, "அண்ணா, ஒடம்பு வலியாருக்குண்ணா. அலுக்கெ தூளு வாங்கிட்டு வாண்ணா" எனச் சொல்லி அனுப்பியிருக்கிறாள்.

அப்பாவும் கடைக்குச் சென்று ஒரு பொட்டலம் வாங்கிக் கொடுத்திருக்கிறார்.

அன்றைக்கு யாருக்கும் எதேனும் ஒன்றென்றால் அவர்கள் முதலில் உட்கொள்வது அலுப்பு மருந்துதான். ஊரார்கள் அதை அலுக்கெ தூளு, என்பார்கள். அப்பொழுது மின் விளக்குகள் பெரியளவில் இல்லாத காலம். அரிக்கேன் விளக்கும், டார்ச் விளக்கும்தான்.

அத்தைக்கு இருந்த அசதியில் ஒரு தம்ளரில் அலுக்கைத் தூள் பொட்டலத்தைப் பிரித்துக்கொட்டி, தூளைச் சுடுதண்ணீரில் கலக்கி, அன்னார்த்திக் கொண்டாள். நடுராத்திரியில் அத்தைக்கு தாங்கமுடியாத வயிற்று வலி. சொருகல் கொண்டதைப் போல வயிற்றுப்போக்கு. வேலைக்கு வந்த இடத்தில் காட்டுக்கும் படுக்கைக்குமாக இருந்திருக் கிறாள். போக்கு குறைந்தபாடில்லை. சற்றுநேரத்தில் பறித்து மூன்று நாட்களான கீரையைப் போல சுணங்கிப்போனாள். இதற்கு மேலுமிருந்தால் உயிரைக் கைகழுவ வேண்டிருக்குமென மாட்டு வண்டியைப் பூட்டிக்கொண்டு அத்தையை மருத்துவமனைக்குக் கொண்டு சென்றிருக்கிறார்கள். மருத்துவர் முதல் சிகிச்சை கொடுத்து, முந்தைய நாள் சாப்பாட்டு விஷயங்களைக் கேட்டிருக்கிறார். உடம்பு அசதியாக இருந்ததும் அதற்காக அலுக்கைத் தூள் கரைச்சிக் குடித்ததையும் அத்தை சொல்லியிருக்கிறாள். அந்தப் பொட்டலத்தை எடுத்துவரச் சொல்லிப் பார்த்திருக்கிறார் மருத்துவர். அது அலுக்கைத் தூள் அல்ல. அரப்புத் தூள்.

அத்தை கவலைக்கிடம் அளவிற்குச் சென்றுவிட்டாள். அத்தையை வேலைக்கு அழைத்துவந்த கங்காணி, வயிற்றில் நெருப்பைக் கட்டிக் கொண்டு இருந்திருக்கிறார். ஊரார்கள் அப்பாவைத் திட்டுவதும், தலையில் கொட்டுவதும் வசைபாடுவதுமாக இருந்திருக்கிறார்கள். படிக்காததன் விளைவை முதன்முறையாக உணர்ந்த தருணம் அதுவாகவே இருக்கும். அலுக்கைத் தூளுக்குப் பதிலாக அவர் வாங்கிக்கொடுத்த அரப்புத் தூள் பொட்டலத்தில் எழுதியிருந்த எழுத்துகளைப் பார்த்தபடி இருந்திருக்கிறார். அவரது முகம் அவமானத்தால் கிறங்கி, அவரைச் சுற்றிலும் அலுக்கைத் தூள் வாசனையாக இருந்திருக்கிறது.

இரண்டாம் நாள் சிகிச்சையில் அத்தை உடல் முன்னேற்றம் கண்டிருக்கிறது. அத்தை புரண்டு படுக்கவும் எழுந்து உட்காரவுமாக இருந்திருக்கிறாள். உயிர் திரும்பக் கிடைத்துவிட்ட ஆயாசத்தில் பெரு மூச்செரிந்தார். வேலை தளத்தில் அத்தை இந்த வேலைக்கு ஆக மாட்டாளென்று சொல்லி, அப்பாவுடன் வீட்டுக்கு அனுப்பி விட்டார்கள். அம்மா கூடவே கிளம்பியிருக்கிறாள். முன் பணமாகக்

கை நீட்டி வாங்கிவிட்ட கடனை அடைக்க அம்மா ஒரு வாரம் இருந்து வேலை பார்க்க வேண்டியதாகியிருந்தது.

அப்பாயிக்கு அத்தை என்றால் உயிர். வேலைக்குச் சென்ற நாலாம் நாளிலேயே வீடு திரும்பிவிட்ட அத்தையைப் பார்த்து என்னவோ ஏதோவென்று ஓடி வந்தவள், அத்தையின் கைகளைப் பிடித்துக்கொண்டு பரிதவித்தாள். வீட்டுக்கு வந்ததும் வராததுமான அத்தை, அண்ணன் அலுக்கைத் தூளுக்குப் பதிலாக அரப்புத் தூள் வாங்கிக்கொடுத்ததையும் அதைக் குடித்துவிட்டு முடியாமல்போய், செத்துப் பிழைத்து வந்திருப் பதையும் சொல்ல, அப்பாயி துடிதுடித்துப்போனாள். “அடி நீ சம்பாதிச்சா நான் வயித்த கழுவணும். ஒன்னைய இவன் கொல்லப் பார்த்திருக்கிறானே, தடிப்பய...” அத்தையைக் கட்டிப்பிடித்து குலுங்கி அழுது தீர்த்தவள், அப்பாவை வசைச் சொற்களால் திட்டித் தீர்த்து விட்டாள். அவரது முதுகில் நான்கைந்து அடி வைத்து, அவரது தலை மயிரைப் பற்றி குலுக்கி எடுத்துவிட்டாள்.

ஊரார்கள் தடுத்தும் அவள் விடுவதாக இல்லை. அம்மா, ஒரு வேளை இருந்திருந்தால் அப்பாயியால் அவ்வளவு அடி அடித்திருக்க முடியாது. அத்தை குறுக்கே விழுந்து மறித்தும் அவள் விடுவதாக இல்லை. அடிவாங்குவதற்கென்றே நேர்ந்துவிடப்பட்டவரைப் போல அப்பா அடிவாங்கிக்கொண்டிருந்தார். அடியை விடவும் அப்பாயியின் வசைப்பாடு செவிகளில் அறைவதாக இருந்தது. அப்பாவால் அதற்கும் மேல் அந்த இடத்தில் நிற்கவில்லை. முகம் ஒடுங்கி, அந்த இடத்திலிருந்து மெல்ல நடக்கத் தொடங்கினார்.

அத்தை சொன்னாள், “ஆயா, அண்ணே கோபிச்சிக்கிட்டு போவுது.”

அப்பாயி, வாசலில் நின்றபடி அப்பாவை வெறிக்கப் பார்த்தாள். பின்னால் ஓடியபடி கெஞ்சிக் கூப்பிட்டாள். அப்பா நிற்பதாக இல்லை. எனக்கென்று ரோசமும் மானமும் இருக்கிறது, எனச் சொல்லும் படியாகத் தன் போக்கில் நடந்தார். அப்பா கோபித்துக்கொண்டு போவதைக் கண்டதும் அப்பாயி அப்பாவைத் திட்டுவதை நிறுத்தி விட்டு அத்தையைத் திட்டத் தொடங்கினாள். “ஒனக்கு அறிவுகிறிவு இருக்காடி. அவன்தான் அரப்ப வாங்கிக்கொடுத்தான். ஒனக்கு எங்கேடி போச்சு புத்தி. புத்திதான் கெட்டுப்போச்சு, நாக்குமா செத்துப் போச்சு. மூக்கு இருந்துச்சா அவுஞ்சு போச்சா. அரப்புக்கும் அலுக்கெ தூளுக்கும் வித்தியாசம் தெரியாமலா அதெ நீ கலக்கிக் குடிச்சே...” என்று அத்தையை வசைபாடினாள். அத்தை, அப்பாயி பேசும்

பேச்சுக்குக் காதைக் கொடுக்காமல் அப்பா போகும் திசையைப் பார்த்தவளாக இருந்தாள்.

அன்று, இரவாகியும் அப்பா வீடு திரும்பவில்லை. அப்பாயி ஒரு சுற்று ஊர்த் தெருவுக்குள் அப்பாவைத் தேடிக்கொண்டு வந்தாள். அத்தை ஒரு பக்கமாகத் தேடினாள். "எங்கே ஏம் புள்ள போயிருக்கப் போறான். இங்கேதான் எங்கேயாவது இருப்பான்" எனத் தனக்குத் தானே பேசிக்கொண்டவளாய் தேடினாள்.

"ஏ கெழவி, நீ பெத்தவனாகவே இருக்கட்டும். புள்ளைக்குத் தகப்பனான ஒருத்தன கை நீட்டலாமா? இது ஒனக்கே நல்லாருக்கா. ஒன்ன அவன் திருப்பி அடிச்சா தாங்குற தெம்பு ஒனக்கிருக்கா?" ஊர்ப் பெருந்தலைகள் அப்பாயியைத் திட்டித் தீர்த்தார்கள்.

அப்படியாகச் சொன்னவர்களுக்கு "பெத்த தாய திருப்பி அடிக்கிற புள்ளையாவா நான் வளர்த்து வச்சிருக்கேன்" பதிலடி கொடுத்தாள் அப்பாயி.

அப்பாவை டீக்கடை, சாராயக்கடை, பெட்டிக்கடை, சீட்டாட்டக் களம், பேருந்து நிறுத்தம்... என எங்குமாகத் தேடினாள். அப்பாவை அவளால் கண்டுபிடிக்க முடியவில்லை. இந்நேரத்துக்கு எப்படியும் வீடு வந்திருப்பாரென வீட்டுக்குத் திரும்பிவந்தாள். வீட்டுக்கு அப்பா வந்திருக்கவில்லை. அவளுக்குள் மடிப்பு மடிப்பாகக் கவலை கட்டின. அப்பா கோபித்துக்கொண்டு போவதற்குக் காரணமான அத்தையை வசைபாடினாள். பதிலுக்கு அத்தை எதிர்பாடினாள். "அவன்தான்டி ஏம்புள்ள. எப்பவாவது என்னை அவன் பதிலடி அடிச்சிருப்பானா? எதிர்த்துப் பேசிருப்பானா? ஒனக்காக அவனை நான் அடிச்சிப் புட்டேனே. என் புள்ள எங்கே இருக்கானோ, எப்பா, சுப்பா..." எனக் கூப்பாடு போட்டவளாய் அரிக்கேன் விளக்கை ஏந்திக்கொண்டு தெருவுக்குள் இறங்கி, அப்பாவை வளர்த்த கதையைச் சொல்லி தேடத் தொடங்கினாள்.

எங்குத் தேடியும் அப்பாவைக் கண்டுபிடிக்க முடியவில்லை. என்னை ஒரு கணம் குனிந்துபார்த்த அப்பாயி, "அப்பனைக் காணோமென பதப்புக்கிதப்பு இருக்கானு பார்த்தீயா" எனச் சொல்லியவளாய், என் முதுகில் ரெண்டு அடி வைத்தாள். பிறகு அவளே என் முதுகைத் தடவிக்கொடுத்து, கன்னம் உருவி முத்தம் கொடுத்தாள். அப்பாயி எப்பொழுதும் அப்படித்தான். பாசத்தைக் கோபத்தோடு காட்டுகிறவள்.

நீண்ட நேரம்தொட்டு தேடிய எங்களுக்குக் களைப்பு வந்திருந்தது. கொஞ்சநேரம் இளைப்பாறலாமெனப் பள்ளிக்கூடத்தை நாடினோம். பள்ளித் திண்ணையில் ஆளரவம் தெரிந்தது. அப்பாதான்! குக்கிட்டு உட்கார்ந்திருந்தவர் முகவாய்க்கு ஒரு கையைக் கொடுத்திருந்தார்.

வியர்வை ஈரத்தில் கசகசக்கும் உடலோடு பரிதவிக்க ஓடியவள் "எப்பா, சுப்பா..., நீ இங்கேயா இருக்கே. நான் ஒன்ன எங்கெல்லாம் தேடுறது" என்ற அப்பாயியின் குரல் கமறியது.

அவரது கன்னத்தை உருவிக் கொஞ்சிய அப்பாயி, "பின்னே என்னப்பா, அலுக்கெ தூளுக்கும் அரப்புத் தூளுக்கும் வித்தியாசம் தெரியாமலா போச்சு" என்றவளாய் அவளது முந்தானையை எடுத்து முகத்தைத் துடைத்துவிட்டாள்.

"தெரியாமத்தான் ஆயா போச்சு" என்ற அப்பா, அவரது முகத்தை இரு கைகளால் பொத்திக்கொண்டு குலுங்கினார்.

அப்பா அழுது அப்பாயி பார்த்ததில்லை. அப்பாவுடன் சேர்ந்து அழும் அப்பாயியை நான் பார்த்ததில்லை.

அப்பாவின் தலைமுடியை கோதிக்கொடுத்த அப்பாயி, "வாப்பா வீட்டுக்கு" என்றாள். அப்பாயி முன்னே நடக்க, அப்பா ஒரு கன்றுக்குட்டியைப் போல நடக்கலானார்.

அம்மைப் பூக்கள்

அவர்களோடு நானும் சென்றிருந்தேன். பழங்கள் வாங்கியது நான் தான். தூரத்தில் நின்றிருந்த சங்க வட்டாரச் செயலாளர் உரக்க குரல் கொடுத்தார். "அம்மை போட்டவங்க சாப்பிடுற பழமாகப் பார்த்து வாங்குங்க". அவர் சொன்னது எனக்குதான் என்றாலும் என்னைவிட பழக்கடைக்காரருக்கு நன்றாகவே கேட்டிருந்தது. கடைக்காரர், பழங்களைக் கேரி பையில் எடுத்து வைத்துக்கொண்டு சொன்னார். "இந்தப் பழங்க எல்லாமே குளிர்ச்சி. அம்மை போட்டவங்க சாப்பிடுறதுதான்" என்றவர், பழப்பையை என்னிடம் நீட்டினார். நான் பணத்தை நீட்டினேன்.

ஐந்து வாகனத்தில் பத்துப் பேர் அம்மை கண்டவரின் வீட்டுக்குக் கிளம்பினோம். அம்மை கண்டிருந்தவர் சங்க வட்டாரத் தலைவராக இருந்தார். அவரது வீடு நகரத்திலிருந்து பதினைந்து கிலோ மீட்டர் தூரத்திலிருந்தது.

பார்க்க வருகிறோம், என்கிற செய்தியை முன்கூட்டியே சொல்லிய பிறகுதான் கிளம்பியிருந்தோம். இதற்காகவே அவர் காத்திருந்தவரைப் போல அவரது குரலில் தூக்கலான வரவேற்பு இருந்தது. யாரெல்லாம் வருகிறீர்கள், எனக் கேட்டுத் தெரிந்துகொண்டார். உங்களைப் பார்க்க நான் காத்திருக்கிறேன், எனச் சொல்வதைப் போல சந்தோஷசத்தை வெளிப்படுத்தினார்.

நாங்கள் அவரது வீட்டிற்குச் செல்கையில் அம்மை கண்டவர் வெள்ளை வேட்டியில் இருந்தார். வேட்டியில் மஞ்சளும் பச்சையும் திட்டுத் திட்டுகளாக இருந்தன. விரிக்கப்பட்ட வெள்ளைப் போர்வையில் அமர்ந்திருந்தார். உடம்பில் சட்டை இல்லை. தலைமயிர்கள் தலையோடு படியாமல் நட்டுண்டு இருந்தன. உடம்பில் அம்மை மொட்டுகள் உண்ணி கடித்திருந்ததைப் போல கரும்புள்ளி கண்டிருந்தன. மூன்று தண்ணீரும் விடப்பட்டிருந்தது.

அம்மை கண்டிருப்பவர்களுக்கு மூன்று தண்ணீர் விட வேண்டும், என்பது நமது மூதாதையர்களின் ஆகப்பெரும் கண்டுபிடிப்பு. அதற்கும் முன்னால் அம்மை கண்ட உடம்பில் எங்கும் தண்ணீர் பட்டுவிடக் கூடாது, என்கிற கண்டுபிடிப்பை விடவும் நல்ல கண்டுபிடிப்பு இது.

அம்மை காற்றினால் பரவும் தொற்றுநோய் என்றாலும் தண்ணீரிலும் பரவக்கூடியது. அம்மை உடம்பிலிருந்து இறங்கும் வரைக்கும் உடம்பில் தண்ணீர் படக்கூடாது. நோய் தணிந்ததும் ஒரு நாள் விட்டு ஒரு நாள் மூன்று தண்ணீர் விட வேண்டும், என்பது ஆகப்பெரும் சிகிச்சைதான்.

மூன்று தண்ணீரிலும் கொஞ்சம் மஞ்சள்தூள், வேப்பிலை உருவிப் போட்டு கிழக்குப் பக்கமாக அமர வைத்து மூன்று குடம் தண்ணீர் ஊற்றுவார்கள். உடம்பைத் தேய்க்கக் கூடாது, சோப்பு போடக் கூடாது.

அம்மை மேற்கத்திய நாடுகளிலிருந்து நமக்குப் பரவியதால் மேற்கு நோக்கி பார்க்காமல் கிழக்குத் திசையை நோக்கி அமரவைத்து, மூன்று குடங்கள் தண்ணீர் ஊற்றுகிறார்கள், என்பதாக நான் புரிந்து கொண்டேன். மூன்று குடம் தண்ணீர் என்பது ஒன்று, நோயின் வீரியத்தைத் தணிக்க. மற்றொன்று, நோயைப் போக்க. மற்றொன்று, அந்நோயைத் தலை மூழ்க. மூன்றாம் தண்ணீர் விடுகையில் பச்சரிசி இடித்து அதில் வேப்பிலையை உருவிப் போட்டு, முறத்தில் கொட்டி, விரல்களால் நீவி, வாசலில் வைத்து, போகிற வருகிறவர்களுக்கு அள்ளிக் கொடுக்கும் சம்பிரதாயங்கள் இப்பொழுது இல்லை என்றாலும் மூன்று தண்ணீர் விடும் பழக்கம் இன்றும் இருந்துகொண்டிருக்கிறது.

சங்கத் தலைவருக்கு மூன்று தண்ணீரும் விட்டிருந்தார்கள். நோயின் தீவிரம் அவரது தாடியில் தெரிந்தது. கருப்புத் தாடியில் வெண் நரைகள் பூத்திருந்தன. கண்கள் உள்ளடங்கி இமைகளில் வரிக்கோடுகள் கறுத்திருந்தன. நான் தலைவரின் மேலுடம்பைக் கவனித்தவனாக இருந்தேன். அம்மையால் பீடிக்கப்பட்டு குணமாகி வரும் யாரையும் நான் அப்படியாகப் பார்ப்பதுண்டு.

எங்கள் பகுதியில் அம்மையை அம்மாள் என்றும் ஆத்தா என்றும் சொல்வார்கள். தமிழகம் முழுவதும்கூட அப்படியாகத்தான் சொல்வார்கள் போலும். இதைக் கண்டு சொல்வதற்கு ஊரில் நிறைய அம்மையம்மாக்கள் உண்டு. வேப்பிலையைக் கையில் வைத்துக்கொண்டு சாமி ஆட்டத்துடன் செய்தி சொல்கிறவர்களும் உண்டு. அவர்களின் பார்வையில் அம்மை என்பது ஆத்தா. எந்த அம்மா உடம்பில் இறங்கி யிருக்கிறாள், எப்பொழுது உடம்பை விட்டு வெளியேறுவாள், என்பதை அவர்கள் கையில் வைத்திருக்கும் வேப்பிலைக் கொத்துகள் சொல்லிவிடும். நார்த்தாமலை மாரி, திருவப்பூர் மாரி, சமயபுரத்தாள், உள்ளூர் மாரியாத்தாள்... இப்படி ஒரு ஊரின் மாரியம்மாளை அம்மை

கண்டவரின் உடம்பில் இறக்குவார்கள். மஞ்சளோடு ஒரு இணுக்கு வேப்பிலைக் கொழுந்து பறித்து, அம்மை கண்டவரின் வாயில் வைத்து மெல்லச் சொல்வார்கள். அருகில் யாரையும் நெருங்கவிட மாட்டார்கள். நோய் கண்டிருப்பவரின் தாய், மனைவி மட்டுமே அருகில் செல்ல முடியும். அவரைக் கவனித்துக்கொள்ளும் தாய் அல்லது மனைவி பக்திப் பெண்ணாக மாற வேண்டும். தினமும் இரண்டு வேளைகள் குளிக்க வேண்டும். "ஆத்தா இறங்கிடாத்தா. உனக்கு என் முடிகளைக் காணிக்கையாகத் தருகிறேன். சேவல் தருகிறேன். இறங்கிவிடு..." எனத் தினமும் வேண்டிக்கொள்ள வேண்டும். அம்மை கண்டவரின் காலடியில் ஈரத்துணியுடன் தோப்புக்கரணம் போட வேண்டும். இதெல்லாம் இன்றைக்கும்கூட வழக்கத்திலுள்ள பழக்கமாகவே இருந்துவருகின்றன.

நான் அம்மை கண்டவரின் கரும்புள்ளிகளைக் கண் கொட்டாமல் பார்ப்பதற்குக் காரணம், ஒரு காலத்தில் பல்லாயிரம் மக்களைக் கொன்றொழித்த தொற்று இது. புயல் காற்றில் சருகோடு சருகாக நல்ல இலை தழைகள் அடித்துச் சென்றுவிடுவதைப் போல மனித உயிர்களைப் பலி கொண்ட நோய் இது.

எனக்கு எட்வர்ட் ஜென்னர் நினைவுக்கு வந்தார். அவர் இந்நோய்க்கு செய்த அர்ப்பணிப்புகள் நினைவுக்கு வந்தன. அவர் அம்மைக்கு மருந்து கண்டுபிடிக்காத காலத்தில் இந்நோய் கண்டவர்கள் வீட்டில் வைத்து பராமரிக்கும் அளவில் இருந்ததில்லை. ஊருக்கும் வெளியே தனி கொட்டகையில் தங்கவைக்கும் நோயாகவே இருந்தது, என்பதை நான் நினைத்துப் பார்த்தேன்.

நான் எட்டாம் வகுப்பு படிக்கையில் அம்மை என்றொரு பாடம் இருந்தது. பாடத்தில் எட்வர்ட் ஜென்னர் இருந்தார். இப்பாடம் நடத்துகையில் அறிவியல் ஆசிரியர் சொன்ன அம்மைநோய்க் கதைகள் நினைவுக்கு வந்தன.

ஒரு குழந்தைக்கு உடம்பெல்லாம் கொப்பளங்கள். குழந்தையின் தாய் அவளை அழைத்துக்கொண்டு மருத்துவரிடம் சென்றாள். மருத்துவர் குழந்தையின் உடம்பிலிருந்த கொப்பளங்களைப் பார்த்துவிட்டு, இது பெரியம்மை என்றார். அத்தாய் குழந்தையை மருத்துவரிடமே விட்டுவிட்டு வீட்டை நோக்கி ஓட்டமெடுத்தாள். அத்தாய்க்கு மேலும் பல குழந்தைகள். அவர்களை இந்த நோய் தொற்றிலிருந்து காக்கவே அப்படியாக ஓடியிருந்தாள். எட்வர்ட் ஜென்னர் அம்மை நோய்க்கென்று ஒரு மருந்து கண்டுபிடித்திருந்தார்.

அம்மை ஊநீரிலிருந்தே கண்டுபிடித்த மருந்து அது. அந்த மருந்தை எலிக்குச் செலுத்தி பரிசோதனை செய்திருந்தார். மனிதனுக்குச் செலுத்திப் பரிசோதிக்க ஆளைத் தேடிக்கொண்டிருக்கையில்தான் இந்தச் சிறுமி அவருக்குக் கிடைத்திருந்தாள். மருந்தை அக்குழந்தைக்குச் செலுத்தி பரிசோதிக்க நினைத்தார். அப்படியாகச் செலுத்தியதில் அக்குழந்தையின் நோய் மெல்ல தணிந்து வந்தது, என்பதை அம்மை நோய்க்கு மருந்து தான் கண்டுபிடித்து வெற்றி கண்டவரைப் போல அறிவியல் ஆசிரியர் சொல்லி முடித்தார். இக்கதையை விடவும் அம்மருந்தை விலையில்லாமல் மக்களுக்கு அர்ப்பணம் செய்ததைச் சொல்கையில் அவரது முகம் பூரிப்புக் கண்டது.

இதே அறிவியல் ஆசிரியர் மற்றொரு கதையையும் சொன்னார். உலகத்தைப் போரால் வென்றுகொண்டிருந்த மாவீரன் நெப்போலியன், தன் படையின் பெரும்பகுதியை இழந்தது இந்த அம்மை நோயால் தான். இப்படி அம்மை மனிதர்கள் மீது நிகழ்த்திய போரை நினைவுகூர்ந்து, வியந்து என் சங்கத் தலைவரின் அம்மை வடுக்களைப் பார்த்தவனாய் இருந்தேன்.

சங்கப் பொறுப்பாளர்கள், உறுப்பினர்கள், தலைவரைச் சுற்றி வட்டமாக அமர்ந்து, இந்த அம்மைத் தாக்குதலுக்கு மாற்று சங்கத்தாரின் சதி ஒரு காரணமாக இருக்குமோ, என்கிற போக்கில் விவாதத்தைத் தொடங்கினார்கள். பிறகு, இந்த அம்மை எதிர்ப்பு சக்தி குறைவினால் வரும் நோய், என்று தன்னிலை விளக்கம் கொடுத்தார்கள். பிறகு அம்மை முடக்கத்திலிருந்து தலைவரை மீட்டெடுப்பதுடன் சங்கத்தையும் மீட்டெடுக்கும் வழிகள் குறித்துக் கலந்துரையாடினார்கள். திருமண வீட்டில் கட்சி அரசியல் பேசுவதைப் போலதான் அவர்களின் பேச்சு இருந்தது. அம்மை கண்டிருந்தவர் முதலில் சோகமாக, மெதுவாக, அமைதியாக ‘இம்’ போட்டு வந்தார். பிறகு அவரது பேச்சு, சங்க உறுப்பினர்களின் எழுச்சி குரலுக்கேற்ப சூடுபிடித்தது. பத்து நாட்கள் ஒரே அறையில் முடங்கியிருந்து யாரையும் பார்க்காமல் இருந்தவருக்கு சங்கத்தார்களைச் சந்தித்துப் பேசியது அவரையும் அறியாமல் உற்சாகம் பீறிட்டது.

அவரது வீடு அம்மை கண்டிருந்தவரின் வீடாக இருந்திருக்க வில்லை. வீடு சிரிப்பும் கெலிப்புமாக இருந்தது. தலைவரின் துணைவியார் வாசலுக்கும் வீட்டுக்குமாக ஓடினார். கணவரிடம், அம்மை கண்டவர் இப்படி சத்தமாகப் பேசக்கூடாது, சிரிக்கக் கூடாது, என சமிக்ஞையால் சொன்னார். ஆத்தா கோபம் கொள்ளும். திரும்பவும் அம்மை கண்டால் அவ்வளவு சீக்கிரத்தில் இறங்காது,

என்பதைத் தலைவருக்குக் கேட்கும்படியாகவும் கண் சைகையாலும் சொன்னார். தலைவர் கேட்பதாக இல்லை. அவரது சத்தம், அவரையும் அறியாமல் குதூகலித்தது. பிறகு அவள், ஓடிச்சென்று அம்மையம்மாளை அழைத்துவந்தாள்.

அம்மையம்மாள் மஞ்சள் சேலையுடன் கையில் கொஞ்சம் வேப்பிலையைப் பறித்துக்கொண்டு ஓடிவந்தாள். பின்பக்க வாசலில் நின்றவராய், அவரைச் சுற்றி அமர்ந்திருந்தவர்களைப் பார்த்தார். “சாமிங்களா, அம்மா தாய்க்கிட்ட நெருங்கி பேசக்கூடாது. அம்மா கண்டவர் இப்படி சத்தமா பேச, சிரிக்கக் கூடாது” என்றாள். இதையே அவர் சாமி ஆட்டத்துடன் சொல்லியிருந்தால் உடனே அந்த இடத்திலிருந்து வெளியேறியிருக்கலாம். அவர் நின்று நிதானமாகச் சொன்னதால் அந்த இடத்திலிருந்து வெளியேற சற்றுநேரம் பிடித்தது. நான் அவரிடமிருந்து விலகும் வரை அம்மை கண்டவரின் கண்கள், உடம்பைப் பார்த்தபடி இருந்தேன். அவரது விழிகள் வெளிர்த்துப்போய் இரத்த தந்துகிகள் விழிக்குள் வேர்விடுவதாக இருந்தன.

தலைவரிடமிருந்து எங்களால் சட்டெனப் பிரியமுடியவில்லை. அவரும் எங்களை அனுப்பி வைப்பதாக இல்லை. “தலைவரே, நாங்க இருக்கோம். கவலைப்படாதீங்க. பழங்கள நல்லா சாப்பிடுங்க. ஓய்வு எடுங்க. மெடிக்கல் லீவ இன்னும்கூட ஒரு வாரத்துக்கு நீட்டிச்சிக்கோங்க. நாங்க அதிகாரிகிட்ட பேசுறோம். உடம்பு முக்கியம். சுவர் இருந்தால் தான் சித்திரம் வரைய முடியும். சங்க வேலைகள் நிறைய இருக்கு. உறுப்பினர் சேர்க்கணும். மாநாடு நடத்தணும்...”

“மீண்டு வந்துவிடுறேன்” என்கிற போக்கில் எங்களை அவர் அனுப்பிவைத்தார்.

தெருவே நின்று வேடிக்கை பார்த்தது, தலைவருக்குப் பெருமையாகக்கூட இருந்திருக்கும். அம்மை கண்டவர், வாசற்படி வரைக்கும் வந்து, கைக்காட்டி, கட்டை விரலை உயர்த்தி, சங்கத்தைத் தைரியப்படுத்துவதைப் போல அனுப்பிவைத்தார். உடற்தகுதி பெற்று திரும்பியதும் சங்கத்தை அடுத்த கட்டத்திற்குக் கொண்டுபோய் நிறுத்தப்போவதை உத்திரவாதப்படுத்துவதைப் போல அவரது கட்டை விரலின் உயர்த்தல் இருந்தது.

மறுவாரமே உடல்நலம் தேறி பணிக்குத் திரும்பினார். அடுத்து செயற்குழுவைக் கூட்டி மாநாடு நடத்தினார். தன் தலைவர் பதவியை வட்டாரச் செயலாளர் என்கிற அளவிற்கு உயர்த்திக்கொண்டார். இந்த

உயர்வுக்கு அவருக்குக் கண்டிருந்த அம்மை ஒரு வகையில் துணை புரிந்திருந்தது. இது நடந்து இரண்டு ஆண்டுகளாகியிருந்தன.

நான் இதை இப்பொழுது சொல்வதற்குக் காரணம், அதே அம்மைதான் எனக்கும் கண்டிருக்கிறது. அதே சின்னம்மை. அதே தனிமை. அதே வெள்ளை வேட்டி, வெள்ளை விரிப்பு. மஞ்சள், வேப்பிலை. முதலில் எனக்குக் கண்டிருப்பது சூட்டுக்கொப்பளங்கள் என்றே நினைத்தேன். சூட்டுக் கொப்பளங்கள் எரிச்சலும் வலியும் கொடுக்கக்கூடியவை. என் உடம்பில் அரும்பிட்ட கொப்பளங்கள் என்னை அரித்தெடுத்தன.

எங்கள் தெருவிலிருந்த அம்மையம்மாள் அவளாகவே வீட்டுக்கு வந்து, ஆத்தா இறங்கியிருக்கிறாள். கோபம் கொள்ளவில்லை. போய் விடுவாள், என்றாள். நான் மருத்துவரிடம் சென்று கொப்பளங்களைக் காட்டினேன். மருத்துவர் அதையே சொல்லியிருந்தார், அம்மை. பத்து நாட்களுக்குத் தனிமைப்படுத்திக்கொள்ளக் கேட்டுக்கொண்டார். குழந்தைகள் அருகில் வராமல் பார்த்துக்கொள்ளுங்கள். ஐந்து நாட்களுக்கு மருந்து மாத்திரைகள் எழுதிக் கொடுத்தார். அவரே பத்து நாட்களுக்கு மெடிக்கல் லீவுக்கான மருத்துவச் சான்றும் கொடுத்தார்.

மூன்று நாட்கள் காய்ச்சல், உடம்பு வலி, எரிச்சல், தூக்க மின்மையாக இருந்தன. பின் அரிப்பு மெல்ல தாழ்ந்து உடல் மெல்ல தேறிவந்தது. தனிமை, பல நினைவுகளை அசைபோடவைத்தன. இதற்கும் முன்பு சங்கத் தலைவரை இந்நோய் கண்டதும் சங்க உறுப்பினர்கள் திரண்டு போய் அவரைப் பார்த்து வந்ததும் நினைவுக்கு வந்தன.

எனக்குள்ளும் அப்படியான ஓர் ஏக்கம் வேர்விட்டது. இந்நேரத்தில் யாரேனும் ஒருவர் என்னைத் தேடி வந்து நலம் விசாரித்தால் நல்லா யிருக்குமென மனம் ஏங்கியது. அப்படியாக விசாரித்தால், இரண்டு ஆப்பிள் தரும் சக்தி உடம்புக்குக் கிடைக்கும், என ஆழ்மனம் ஏங்கியது. உடம்பு சத்தான உணவைத் தேடினாலும் மனம் ஆறுதலையே தேடுகிறது.

எனக்கு அம்மை கண்டிருப்பது சங்கத்தார்களுக்குத் தெரிந்திருக்க வாய்ப்பில்லை. நான் சங்க வட்டாரச் செயலாளரிடம் தனக்கு அம்மை கண்ட விசயத்தை நேரடியாகச் சொல்லாமல் மருத்துவ விடுப்பு குறித்து விசாரித்தேன். "அம்மை நோய்க்கு முன்பு சிறப்பு தற்செயல் விடுப்பு ஏழு நாட்கள் இருந்ததே, இப்போது இருக்கிறதா, எடுத்துக்கொள்ளலாமா?"

சங்கச் செயலாளர், “யாருக்கு அம்மை..?” என்றார். “எனக்குத்தான்” என்றேன்.

“எத்தனை நாளாச்சு?”

“அஞ்சு நாளாச்சு.”

“தண்ணீ விட்டாச்சா?”

“இல்லை”

சற்றுநேரம் அமைதியாக இருந்தவர், “அம்மையைத்தான் முழுசா இந்தியாவுல ஒழிச்சிட்டாங்களே. அதனால அதுக்கு சிறப்பு தற்செயல் விடுப்பெல்லாம் கிடையாது” என்றவர் அலைபேசியைத் துண்டித்துக் கொண்டார்.

இரண்டொரு நாட்கள் கழித்து வட்டாரத் தலைவர் தொடர்புக்கு வந்தார். உடல் நலம் விசாரிக்கத்தான் அழைக்கிறாரென்று அலை பேசியை எடுத்தேன். “இன்றைக்கு மாவட்டத் தலைமையிடத்துல ஆர்ப்பாட்டம். நீங்க வரணுமே” என்றார்.

“அம்மை கண்டிருக்கு. என்னால முடியாதே” எனச் சொல்லின் செல்வன் அனுமாரைப் போல, முதலில் என் நோயைச் சொல்லி, பிறகு என் இயலாமையைச் சொன்னேன். “அப்படியா! தெரியாதே. சொல்லணும் இல்லையா. எத்தனை நாளாச்சு. நிறையவா போட்டிருக்கு. சின்னம்மையா, பெரியம்மையா. எப்பத் தண்ணீ விடுவீங்க. பார்க்க வரணுமே” என்றார். அவரது விசாரிப்புகள் எனக்கு ஆறுதலாக இருந்தன.

எனது உடல், எனது எதிர்ப்பு சக்தி குறைவு, எனது நோய். இதைப் பார்க்க ஏன் சங்கத்தார்கள் வர வேண்டும், என என் மூளைச்சுரப்பு சொன்னாலும் மனம் ஆறுதலுக்காக ஏங்கவே செய்தது. இந்த உடல் என்னதான் வயது மூப்புக் கண்டாலும் மனம் கடைசி வரைக்கும் குழந்தையாகவே இருந்துவிடுகிறது, என்பதை நினைத்து மனதைச் சபித்துக்கொண்டேன்.

முதல் தண்ணீர், இரண்டாம் தண்ணீர், மூன்றாம் தண்ணீரும் விட்டாகிவிட்டது. மருத்துவரை நேரில் அணுகி உடற்தகுதியைக் காட்டி, மருத்துவரிடம் சான்று வாங்கி, பணியில் சேர்ந்து பணியாற்றத் தொடங்கி ஒரு மாதம் கடந்துவிட்டது.

வயிற்றுப் புண்கள் கொஞ்சம் ஆறாமல் இருந்ததில் செரிமானக் கோளாறுகள் காட்டின. வேப்பம்பூ சூப் வைத்து அருந்தினால்

வயிற்றுப் புண் சரியாகுமென்று, பணி செய்கிற இடத்தில் என்னுடன் பணியாற்றும் ஊழியர் ஒருவர் சொல்லியிருந்தார். இதற்கெல்லாம்தான் அலோபதி மாத்திரைகள் வந்துவிட்டனவே, அதை நான் பெரிதாக எடுத்துக்கொள்ளாமல் மறந்துவிட்டவனாய் என் போக்கில் இருந்தேன்.

ஒரு நாள் வீட்டு வாசலிலிருந்த வேப்பமரத்தடியில் அமர்ந்து செய்தித்தாள் புரட்டிக்கொண்டிருந்தேன். காற்று ஒத்தடம் கொடுப்பதைப் போல வீசிக்கொண்டிருந்தது. மரத்தின் ஒரு கிளை தாழ்ந்து என் கன்னங்களை உரசியது. இலையின் தட்பமும் இதமும் என்னைப் புல்லரிக்க வைத்தன. நான் அம்மை நோயால் படுத்திருக்கையில் என் கொப்பளங்களைத் தடவி ஒத்தடம் கொடுத்த தழைகள் இவை. எனக்கு அம்மை நோய்க்காலம் நினைவுக்கு வந்தது. இம்மரத்தின் தடவலும் தழுவலும் என்னை நலம் விசாரிப்பதைப் போலிருந்தது.

நான் மரத்தைத் தழுவி கட்டிப்பிடித்தேன். என் நோயைத் தணித்ததில் இந்த வேம்புக்குப் பெரும் பங்குண்டு. இம்மரத்தின் தழுவல் என் உடல்நிலையை விசாரிக்கத்தானோ, நினைத்தவனாய் மரத்தண்டில் தலை சாய்த்தேன்.

எனக்கு சங்கம் நினைவுக்கு வந்தது. தலைவர், செயலாளர் நினைவுக்கு வந்தார்கள். தலைவர் அம்மை கண்டிருக்கையில் சங்கமே திரண்டுபோய் பார்த்ததும், ஆறுதல் சொல்லித் திரும்பி வந்ததும் நினைவுக்கு வந்தன. மரத்தின் இதமான காற்றினூடே கேள்விகள் எனக்குள் சுருளெடுத்தன. அவரை ஏன் அத்தனை பேரும் பார்க்கச் சென்றார்கள்? என்னை ஏன் ஒருத்தரும் பார்க்க வரவில்லை? என் கேள்விகள் மனதிற்குள் சிலந்தி வலையாகப் பின்னின. சிலந்தி வலைக்குள் சிக்குண்ட எறும்பைப் போல, பூச்சியைப் போல மனது அதிலிருந்து கரையேற முடியாமல் தத்தளித்தது.

மரம் என் மன மூழ்கலைத் திசை திருப்பும்படியாக அசைந்து கொடுத்தது. கிளைகள் மேலும் தாழ்ந்து, இலைகளால் என் உடம்பைத் தடவிக்கொடுத்தன. நான் கண்களை மூடியபடி வேப்பமரத்தின் மென்மெல்லிய தொடுதலை உள்வாங்கினேன். வேப்பம்பூக்கள் என் தலையில் பூக்கத் தொடங்கின.

சவப்பெட்டி

அப்பாவை மருத்துவமனையில் சேர்த்த நாட்கொண்டு இருவேறு செய்திகள் என்னை வந்தடைந்தன. அதில் முக்கியமான செய்தி அப்பாவின் ஆரம்பக் கால உதவியாளர் சேதுராமன் சொன்ன செய்தியாக இருந்தது. அப்பா மீது அவர் வைத்திருந்த நன்மதிப்பின் பேரில் ஒரு செய்தியை எனக்குச் சொல்லியிருந்தார். அச்செய்தியைச் சொல்கையில் அவருடைய நா தழுதழுத்ததை விடவும் அச்செய்தியை உள்வாங்குகையில் என் ஒற்றைச் செவியின் குழைவு நடுங்கியது. அவர் கெஞ்சிய கோரிக்கையுடன் அச்செய்தியை என்னிடம் பகிர்ந்துகொண்டார். விக்கல் எடுப்பதைப் போன்று வார்த்தைகளைத் தொண்டைக்குள் உருட்டினார். "தம்பி, நான் சொன்னேனு மட்டும் யார்க்கிட்டேயும் சொல்லிடாதீங்க. நான் உசிரோட இருக்க முடியாது. உன் அப்பா ஆஸ்பத்திரியில சேர்த்த மறுநாளே இறந்திட்டார்ப்பா. அதற்குப் பிறகும் உன் அண்ணன்க உன் அப்பாவுக்கு வைத்தியம் பார்க்கிறான்க. உனக்கு எதிராக என்னவோ சூழ்ச்சி நடக்குதுப்பா..." இதை அவர் சொல்லி முடிக்கையில் அவரது வார்த்தைகள் எனக்குள் கனத்தன.

அப்பா இறந்துவிட்டார் என்கிற செய்தியை விடவும் இறந்ததற்குப் பிறகும் உன் அண்ணன்கள் வைத்தியம் பார்க்கிறான்க... என்கிற செய்தி தான் என்னைப் பெரும் உலுக்கு உலுக்கியது. துக்கத்திற்குள் ஏமாற்றம் நுழைந்து அரித்தது. அப்பா இருக்கின்ற திருச்சிக்கும் நான் இருக்கிற லண்டனுக்கும் இடையில் மூன்று நீரோட்டக் கடல் இருக்கிறது. ஒரு நாள் முழுக்கவும் பறந்து தரையைத் தொடவேண்டிய விமான தூரத்தை என் நினைவுகள் லண்டனுக்கும் திருச்சிக்கும் சென்று திரும்புவதாக இருந்தது. இரத்தவோட்டம் கடலடி வெப்ப நீரோட்டத்தைப் போல ஓடிக்கொண்டிருந்தது.

நான் அணைத்து வைத்திருந்த அலைபேசியை எடுத்து அண்ணன் களுக்கு அழைப்பு விடுத்தேன். சேதுராமன் சற்று நேரத்திற்கு முன் சொல்லிவைத்த செய்தி உண்மையாக இருந்துவிடக்கூடாதென உள்ளுக்குள் வேண்டிக்கொண்டேன். ஒன்றிரண்டு அழைப்புகளுக்குப் பிறகு அக்காள் குரல் என் செவியில் விழுந்தது. அழைப்பை எடுத்ததும் அவள் பேசிவிடவில்லை. நீண்ட அமைதியுடன்கூடிய சுவாசம் என் காதிற்குள் தகித்தது. அவளது அமைதியும் இழுத்துவிடும் மூச்சும்

என்னைக் கலவரப்படுத்தின. சேதுராமன் சொன்ன செய்தி உண்மை தானோ? அப்பா இறந்துதான் விட்டாரோ? கேள்விகள் எனக்குள் கொம்பு முளைத்து, தலையைச் சிலுப்பின.

“அக்கா, அப்பா எப்படி இருக்கார்?”

“இம், நல்லா இருக்கார்.”

என் சிந்தனை முள் ஒரு புள்ளியில் நின்றது. பிறகு அப்படியும் இப்படியுமாக அசைந்தது. பிறகு ஓடத்தொடங்கியது. “அக்கா, உண்மையைச் சொல். அப்பா எப்படியிருக்கார்? அவர்கிட்ட நான் பேச வேணும்.”

“அப்பா நல்லா இருக்கார். ஆனா அவருகிட்ட இப்போதைக்குப் பேச முடியாது.”

“ஏன்?”

“நான் இப்பத்தான் வீட்டுக்கு வந்தேன்.”

“அப்பா கூட யார் இருக்கா?”

“யாருமில்ல.”

“உதவிக்கு?”

“நர்ஸ்கள் பார்த்துக்கிறாங்க.”

“உணவு, பணிவிடை செய்றதெல்லாம்?”

“நர்ஸ்கள் தான்.”

“அப்பாவை நீ பார்த்தியா?”

“பார்த்து ஒரு மாசமாச்சு.”

“ஏன் அவ்ளோ நாளாச்சு!”

“நர்ஸ்ங்க யாரையும் உள்ளே விட மாட்டேங்கிறாங்களே.”

“அப்பாகிட்ட யாருமே இல்லையா?”

“பெரியண்ணன் மட்டும் இருக்கு.”

அக்காள் சொல்லும் எதையும் என்னால் நம்ப முடியவில்லை. இத்தனை நாள் சொன்ன அதே பதில்களைத்தான் அப்பொழுதும் சொல்லியிருந்தாள். முந்தைய பதில்களுக்கு இல்லாத கனம் இப்பொழுது இருந்தது.

“அக்கா, எனக்கு அப்பாவைப் பார்க்கணும் போலிருக்கு. அப்பாவை போட்டோ எடுத்து வாட்ஸ்அப்பில் அனுப்பி வை.”

“நர்ஸ்கள்தான் யாரையுமே உள்ளே விடுறதில்லையே. பிறகு எப்படியாம் போட்டோ எடுக்கிறது?”

“நர்ஸ்கிட்ட சொல்லி எடுக்கச்சொல்லு.”

“நர்ஸ்கிட்ட என்ன கேட்க முடியுது. எரிந்து விழுறாங்க.”

அக்காவின் பதில்கள் என்னைப் பயமுறுத்தின. என்னால் ஓரிடத்தில் இருப்புக்கொள்ள முடியவில்லை. அப்பா உண்மையாகவே இறந்துதான் விட்டாரோ. மூன்று பேரும் சேர்ந்து அப்பாவின் மரணத்தை மூடி மறைக்கிறார்களோ. என் சிந்தனையோட்டம் புருவங்களுக்கிடையில் குவிந்து மனதிற்குள் கனத்தது.

அப்பாவை மருத்துவமனையில் கொண்டுபோய் சேர்த்த நாட்கொண்டு எத்தனை அழைப்புகள் எனக்கு. “அப்பா ஆபத்திலிருக்கிறார். தேறிவருகிறார், பிழைத்துக்கொள்வார்.”

“அப்பாவைப் பற்றி இனி கவலையில்லை.”

“பணம் அனுப்பி வை.”

“அனுப்பியிருக்கேன்”

“போதாது”

“இந்த நம்பருக்கு அனுப்பு.”

“இன்னும் கொஞ்சம் அனுப்பு.”

இப்படியாக எத்தனையோ அழைப்புகள், கெஞ்சல்கள், வேண்டல்கள்.

ஒவ்வொரு முறை நான் பணம் அனுப்பும் பொழுதும் நம்பிக்கைக்குரியவர்களிடம் விசாரித்த பிறகுதான் அனுப்பி வைத்தேன். ஒரு உறவினர் இப்படியாகச் சொன்னார் “உன் அப்பா சுகமாக இருக்கார்.”

“நீங்க அப்பாவைப் பார்த்தீங்களா?”

“பார்க்க முடியலை. டாக்டர் சொன்னார்.”

ஒன்றுவிட்ட உறவு அத்தையிடம் விசாரித்தேன். “அப்பா நல்ல இருக்கார்ப்பா.”

"பார்த்தீங்களா?"

"இல்லையேப்பா, நான் ஆப்பிள் அது, இதென நிறைய வாங்கிக்கிட்டு போனேன். அத்தனையையும் வாங்கிக்கிட்டு என்னை வெளியே அனுப்பிட்டாங்க."

அடுத்து என்னுடன் படித்த சிதம்பரம், முத்து, வேலுக்கண்ணு எனப் பலரிடமும் அப்பாவைப் பற்றி விசாரித்துப் பார்த்தேன். அத்தனை பேரிடமிருந்தும் ஒரே பதில்தான் வந்தது. "நல்லா இருக்காராம். ஆனால் நான் பார்க்கவில்லை."

அப்பாவுக்குப் போட்டியாகத் தொழில் செய்தவர்களெல்லாம் அப்பாவைப் பார்க்க வந்திருக்கிறார்கள். அத்தனை பேரும் மருத்துவ மனைக்குள் செல்ல முடியவில்லை. நான் பெரிய அண்ணன் அலைபேசிக்கு அழைப்பு விடுத்தேன். பெரிய அண்ணன் ஒரு நாளில் என்னுடன் பேசுவதை நிறுத்திக்கொண்டார். அவருக்கு எப்பொழுது அழைப்பு விடுத்தாலும் அக்காள்தான் எடுத்து பேசுபவளாக இருந்தாள். அக்காள் மீது எனக்கு கோபம் வந்தது. அதுநாள் வரைக்கும் காட்டாத உச்சபட்ச கோபத்தை அவள் மீது காட்டினேன். "அப்பாவிற்கு என்ன பிரச்சனை? டாக்டர் என்ன சொல்கிறார்?"

"காய்ச்சல்தானாம்…"

"இப்ப எப்படி இருக்கார்?"

"நல்லா இருக்கார்."

"எப்ப டிஸ்ஜார்ஜ்?"

"ஒரு வாரமாகுமாம்."

"ஏன் அவ்ளோ நாள்?"

"வைரஸ் காய்ச்சலாம். தொற்றுமாம். அதனால் ஓய்வில் இருக்கணும்ங்கிறார்."

இப்படியாக என்ன கேள்வி கேட்டாலும் நான் நம்பும்படியான பதில்களையே சொல்லி வந்தவள், ஒரு நாள் நடுநிசியில் அழைத்து அழுகைக்கிடையில், "தம்பி, அப்பா நம்மளை விட்டுட்டுப் போயிட்டாருடா" என்றதும் சேதுராமன் சொன்ன ரகசிய செய்திதான் என் முன்னே கைகட்டி நின்றது.

இரண்டு நாட்களுக்கு முன்பு இதே அக்காள்தான் சொன்னாள். "அப்பா நல்லா இருக்கார். செய்தித்தாள் வாசிக்கிறார், சாப்பிடுறார்,

எல்லாரையும் நலம் விசாரிக்கார்..." என்று. ஆனால் இப்பொழுது சொல்கிறாள், "அப்பா இறந்திட்டார்" என்று.

நான் அக்காவிடம் கேட்டேன். "நேத்தைக்கு வரைக்கும் நல்லா இருக்கார்னு சொன்னீயேக்கா?"

"இருந்தார். திடீர் அட்டாக். போயிட்டார்ப்பா..." அவள் குலுங்கி அழுதது என்னை குலுக்கியது. என் உதடுகள் தடித்தன. அலைபேசியைக் காதிலிருந்து எடுக்காமல் அதிர்ச்சியில் உறைந்துபோய் நின்றேன்.

அப்பா என்னுடன் லண்டனில் இருந்த காலம் வரைக்கும் அவருக்கு ஒரு பிரச்சனையும் இருந்ததில்லை. மாத்திரைகளால் சர்க்கரையைக் கட்டுக்குள் வைத்திருந்தார். நன்றாக நடந்தார். சிரித்தார். பேசினார். லண்டனில் இருந்தவாறே சொந்த நாட்டில் நடக்கும் வியாபாரத்தைக் கவனித்துக்கொண்டார். அவரது நடை, உடை, பேச்சு இவற்றை வைத்துப் பார்க்கையில் அவரை எந்தவொரு நோயும் அவ்வளவு எளிதில் நெருங்கிவிடாத நிலையில்தான் இருந்தார். சொந்த ஊருக்குச் சென்றதும் திடீர் நோய்த்தொற்றும், மருத்துவமனையில் சேர்க்கப்பட்டதும் அதன் வழி மரணச் செய்தியும் என்னைப் பெரிதும் முடக்கியது.

அப்பா பெயரில் எவ்வளவு சொத்து இருக்கிறது! அவரது வங்கிக் கணக்கில் பல கோடிகள் புரண்டும், இருந்தும் அப்பாவைக் காப்பாற்ற முடியாத ஏமாற்றம் என்னைத் துக்கத்தில் ஆழ்த்தியது. அப்பாவிற்குத் தெரிந்து எத்தனை நண்பர்கள், எத்தனை மருத்துவர்கள்... இத்தனை பேர் இருந்தும் அவர்களில் யாரேனும் ஒருத்தரை வரவழைத்து சிகிச்சை கொடுக்க முடியவில்லையே, கவலை எனக்குள் குறுகுறுத்தது.

அப்பாவின் மரணத்தில் என்னவோ ஒரு மர்மம் இருப்பதை என்னால் உணர முடிந்தது. அப்பா உயிருடன் இருந்திருந்தால் இத்தனை நாட்களில் எத்தனையோ முறை என்னிடம் அவர் பேசியிருப்பார். என்னைப் பார்த்தாக வேண்டுமென அடம் பிடித்திருப்பார். என்னை வரவழைத்திருப்பார்.

அப்பாவிற்கு இரண்டு மனைவிகள். முதல் மனைவிக்கு மூன்று மக்கள். இரண்டு அண்ணன்கள். ஒரு அக்காள். இரண்டாம் மனைவிக்கு ஒரே மகன் நான். முதல் மனைவியின் மக்களை விடவும் என் மீதுதான் அவருக்கு அதிகப் பற்றுதலும் பாசமும் இருந்தது. எனக்குப் பிறகு இவன்தான் என் தொழிலை எடுத்து நடத்தப் போகிறானென என்னை அறிமுகம் செய்து சொல்வதாக இருந்தார்.

அப்பா தொழில் தொடங்கிய காலத்தில் அவரது தொழில் தொடர்ந்து நஷ்டத்தில் மூழ்குவதாக இருந்தது. நான் பிறந்ததற்குப் பிறகுதான் அவரது தொழில் ஏறுமுகமானது. ஆகையால் அவரது தொழில்வாரிசாக என்னை அவர் அறிமுகம் செய்தார். தொடர்ந்து என் பெயரை உச்சரிப்பவராக இருந்தார். அவர் சங்கத் தலைவராகத் தேர்வானதும் இரண்டாவது முறையாகப் போட்டியின்றி தேர்வு செய்யப்பட்டதும் நான் பிறந்ததற்குப் பிறகுதான்.

எனது தொடர்புக்குப் பெரியண்ணன் வந்திருந்தார். நான் அழைப்பை எடுத்ததும் சொன்னேன். "அண்ணா, மருத்துவமனை மீது வழக்குத் தொடுக்கலாம்."

"இத்தனை நாள் சிரத்தையெடுத்து அப்பாவிற்கு வைத்தியம் பார்த்ததற்காகவா?"

அண்ணனின் பதிலொற்றிய கேள்வி என்னை எச்சரித்தது. அவரே கேள்விகள் கேட்டார். பதிலும் சொல்லிக்கொண்டார். நான் சொல்ல நினைத்த அத்தனை சொற்களையும் மாத்திரை விழுங்குவதைப் போல விழுங்கிக்கொண்டேன்.

என் நண்பர்களில் பலரும் என் தொடர்புக்கு வந்தார்கள். அவர்கள் சொல்லும் ஒவ்வொரு தகவலும் என்னைப் பயமூட்டியது. "உன் அப்பா என்ன காரியம் செய்திட்டு செத்துப்போயிருக்கார் தெரியுமா?"

"என்ன செய்திருக்கார்?"

"மொத்த சொத்துகளையும் மூத்த தாரத்துப் பிள்ளைகளுக்கு உயில் எழுதி வச்சிட்டு செத்துப் போயிருக்கார்."

நான் லண்டனில் இருந்தபடியே ஒரு வழக்கறிஞரைப் பிடித்தேன். அவருக்கு சொத்து விவரத்தை அனுப்பி, கண்காணிக்கச் சொன்னேன். அவர் சுறுசுறுப்பாக இயங்கினார். சற்றுமுன் எனது தொடர்புக்கு வந்தவர் ஒரு செய்தியைச் சொன்னார். "பெரிய வீடு பெரிய மகன் பெயருக்கும் மற்ற இரண்டு வீடுகளும் சின்ன மகன், மகள் பெயருக்கும் எழுதப்பட்டிருக்கிறது."

எனக்கு அதிர்ச்சியாக இருந்தது.

"வங்கி இருப்பு?"

"மகள் பெயருக்குப் பரிமாற்றமாகியிருக்கிறது."

"நிலங்கள்?"

"மொத்த நிலங்களும் முதல் மனைவியின் பிள்ளைகளின் பெயரில் எழுதப்பட்டிருக்கிறது."

"தொழில் வாரிசு?"

"அது பற்றிய பதிவுகள் இல்லை."

"என் அப்பாவா அப்படி எழுதியிருக்கார்?"

"ஆமாம்"

"அப்பா எழுதிய உயிலா அது?"

"அப்பா எழுதியதோ என்னவோ. ஆனால் அவரின் பெயரால் உயில் எழுதப்பட்டிருக்கிறது."

"கையெழுத்து போட்டிருக்கிறாரா?"

"இல்லை. ரேகை வைத்திருக்கிறார்."

"ரேகை செல்லுமா?"

"சிகிச்சையில் இருந்திருக்கார். செல்லும்."

இவ்வளவையும் சொல்லி வந்த வழக்கறிஞர் கடைசியாகச் சொன்ன தகவல் எனக்குள் கலவரம் மூட்டியது.

"ஒரு ரகசியச் செய்தி. உண்மையோ பொய்யோ. உன் அப்பா உடலுக்கு மலர் வளையம் வைத்தவர்கள் பேசிக்கொள்கிறார்கள்."

"என்ன?"

"உன் அப்பாவின் இரண்டு கைகளில் ஒரு கை இல்லையாம்."

என் பாதம் என்னையும் அறியாமல் நழுவியது. "என்ன சொல்றீங்க! ஒரு கை இல்லையா!"

"ஆமாம். வலது கை."

"நீங்க பார்த்தீர்களா?"

"யாரும் அவரது உடலுக்கருகில் செல்ல முடியவில்லை."

"விரல்கள் கட்டப்பட்டிருக்கணுமே."

"மேலே வேட்டி போர்த்தப்பட்டுள்ளது."

எனக்குத் தலை சுற்றியது. அப்பாவிற்கு நிகழ்ந்திருக்கும் அகோர மரணத்தை நினைக்கையில் என் இரத்தம் கொதித்தது. சுவரில்

முட்டிக்கொள்ளணும் போலிருந்தது. என் உதவியாளன் ஓடி வந்தான். அப்பா மரணத்தின் மீது இருக்கும் மர்மத்தை நான் வெளியில் காட்டிக்கொள்ளவில்லை.

அக்காவிடம் ஒரு செய்தியைச் சொன்னேன்.

"அக்கா... நான் வந்ததும் அப்பாவை அடக்கம் செய்யலாம்."

"டிக்கெட் கிடைச்சிருச்சா?"

"ம்... கிடைச்சிருச்சு."

"வந்து சேர எத்தனை நாளாகும்."

"ரெண்டு நாளாகும்."

"அவ்ளோ நாள் வரைக்கும் அப்பாவை வச்சிருக்க முடியாது." அக்காவின் இந்தப் பதில் திடமாக இருந்தது. எனக்கு அவள் மீது கோபம் வந்தது. "இத்தனை நாட்கள் வச்சிருந்தீங்களே. இன்னும் ரெண்டு நாளைக்கு வச்சிருக்க முடியாதா?"

"என்ன பேசுறே நீ!"

அக்காவின் பதில் சூடாக இருந்தது.

"அங்கே என்ன நடக்கிறதென எல்லாம் எனக்குத் தெரியும். நான் வரும் வரைக்கும் அப்பாவை நீங்கள் வைத்திருக்கத்தான் வேணும்."

"முடியாது. அடக்கம் செய்றதுக்கான வேலைகள் நடந்துக் கிட்டிருக்கு."

"விடமாட்டேன்"

"உன்னால முடிஞ்சதைச் செய்துக்கோ."

அக்காவிடம் அப்படியான பதிலை நான் எதிர்பார்க்கவில்லை. அக்கா எனது தொடர்பை சட்டெனத் துண்டித்துக்கொண்டாள். நான் சுற்றும்முற்றும் பார்த்தேன். அலுவலகத்தின் நான்கு சுவர்களும் என்னை வெறிக்கப் பார்த்தன.

அங்கு இருந்தபடியே சில சட்ட நடவடிக்கைகளில் இறங்கினேன். அத்தனையும் தோல்வியிலேயே முடிந்தன. என் வழக்கறிஞரைத் தொடர்புகொண்டேன். அவரும் விலை போயிருந்தார். இணைய வழியில் காவல் துறையில் புகார் செய்தேன். புகார் ஏற்கப்பட்டு, நிராகரிப்பானது. எனக்காக நேராகச் சென்று புகார் கொடுக்க முன்

வந்தவர்கள் சில மணி நேரத்திற்குப் பிறகு பின்வாங்கினார்கள். என் தொடர்பில் இருந்த பலரும் அலைபேசியை அணைத்திருந்தார்கள். நான் வீட்டிற்குச் சென்று நேரடியாக சட்ட நடவடிக்கைகளில் இறங்க வேண்டிய ஒன்றைத் தவிர அனைத்து வழிகளும் அடைக்கப்பட்டன.

நான் நாடு திரும்புதலை யாரிடமும் பகிர்ந்துகொள்ளவில்லை. லண்டனிலிருந்து சென்னைக்குத் திரும்பியதும் நண்பர்களின் உதவியோடு சில நபர்களை அழைத்துகொண்டு ஊருக்கு வந்தேன். எனக்குள் இரண்டு விதமான சிந்தனைகள் ஓடிக்கொண்டிந்தன. நேராக வீட்டிற்குச் செல்வதா, இல்லை அப்பாவை அடக்கம் செய்த இடத்திற்குச் செல்வதா? வீட்டிற்குச் சென்றால் என்னவெல்லாம் நடக்கும்? என்னால் வீட்டிற்குள் நுழைய முடியுமா? என்னை வீட்டுக்குள் அனுமதிப்பார்களா? அக்காள் என்னைக் கட்டிப்பிடித்து அழுவாளா? அவள் அழுகையைக் குற்றம் காண முடியுமா?

ஊர் பங்காளிகள், உறவினர்கள் யார் பக்கம் நிற்பார்கள்? நான் புகார் கொடுத்து, சட்ட நடவடிக்கையில் இறங்குகையில் யாரேனும் இரண்டு பேர் என் பக்கமாக வருவார்களா? அப்பா கை பற்றிய விடயத்தைச் சொன்னால் என் புகார் ஏற்கப்படுமா? அப்பாவின் கை துண்டிக்கப்பட்ட விசயத்தை சாட்சியாகச் சொல்ல யாரேனும் ஒருவர் முன் வருவாரா? ஒருவேளை வந்தால் அவரைக்கூட வைத்துகொண்டு மூன்று பேர்களை என்னால் எதிர்க்க முடியுமா? சட்டம் என் பக்கமாகத் திரும்புமா? குறுகிய காலத்திற்குள் மர்மத்தை உடைத்துவிட முடியுமா? நிஜமாகவே அப்பாவின் இரண்டு கைகளில் ஒரு கை வெட்டி எடுக்கப்பட்டது உண்மையா? அதை நம்பலாமா? ஒரு வேளை எனது சந்தேகம் பொய்யாகிவிட்டால்?!

நான் திருச்சியை நெருங்குகையில் இரவு மணி ஒன்றாகியிருந்தது. இந்நேரத்தில் வீட்டிற்குச் செல்வதைவிடவும் அப்பாவை அடக்கம் செய்யப்பட்ட இடத்திற்குச் செல்வதே துரிதமென நினைத்தேன். நான் அழைத்து வந்திருந்த ஆட்களுடன் அப்பா அடக்கம் செய்யப்பட்ட இடத்திற்குச் சென்றேன். அவ்விடத்திற்குச் செல்கையில் மணி மூன்றாகி யிருந்தது. விடிவதற்குள் புதைகுழியைத் தோண்டி, சவப்பெட்டியை வெளியிலெடுத்து, பிரித்து, அப்பாவின் கையைப் பற்றிய ரகசியத்தை ஊர்ஜிதப்படுத்த நினைத்தேன். கையோடு கொண்டு சென்ற மண்வெட்டியால் புதைகுழியை வெட்டிக் கொத்தினேன்.

ஒரு பக்கம் நரி ஊளையிடும் அரவம் எனக்குள் கலவரப் படுத்தியது. இன்னொரு பக்கம் நாய்களின் குரைப்பு. நான் எதையும்

காதினில் வாங்கிக்கொள்ளவில்லை. உடம்பில் வியர்வைகள் சொட்டிட மேட்டைக் கரைத்து புதைகுழியைத் தோண்டினேன்.

பொழுது மெல்ல விடிந்துகொண்டு வந்தது. பொழுதின் வெளிச்சத்தில் சவப்பெட்டி தெரிந்தது. சவப்பெட்டியை மெல்ல மேலே தூக்கினேன். சவப்பெட்டி மேலே வருவதும் வழுக்கிக் கொண்டு கீழே செல்வதுமாக இருந்தது. பொழுது முழுவதுமாக விடிகையில் சவப்பெட்டி என் பிடிக்கு வந்தது.

சவப்பெட்டியைத் தரையில் வைத்து மேலிருந்த மண்ணைத் தட்டிவிட்டேன். முகத்தில் வழிந்த வியர்வைகளைப் புறங்கையால் துடைத்துகொண்டு வேகமாக மூடியைத் திறந்தேன். சவப்பெட்டிக்குள் அப்பா இல்லை. மூன்று பெருச்சாளிகள் இருந்தன.

கற்பூரவள்ளி

பேருந்து நிலையத்திற்கு இடது முன்புறம். உழவர் சந்தை, பிரகதாம்பாள் தியேட்டருக்குப் போவதாக இருந்தால் இச்சாலையின் வழியேதான் போக முடியும். பேருந்து, பேருந்து நிலையத்திலிருந்து வெளியேறி, முகத்தை தெற்குத் திசைக்குக் காட்டி, வடதிசைக்குத் திரும்புகையில் நூற்கண்டை உருட்டிவிட்டால் ஓடி நிற்கும் நூலைப் போல நேர்க்கோட்டுச் சாலை. புதுக்கோட்டைக்கு சிறப்பே அதன் சாலைகள்தானே! சாலை தொடங்குமிடத்தில், ஒரு பாதாளச் சாக்கடையை உள்வாங்கும் ஒரு கண் பாலம். அதில் ஏறி நின்றிருந்தது அந்தத் தள்ளுவண்டிக் கடை. வாலிபப் பருவத்தைத் தாண்டிய, பாதிக்கும் மேல் மீசையை வெண் தறிப்புக்குக் கொடுத்துவிட்டு, தலையில் முன் வழுக்கை விழுந்துபோனவராக அந்தப் பாலத்தின் மீது உட்கார்ந்திருந்தார் அக்கடைக்காரர். அவரது கைகள் தள்ளு வண்டியின் மீது இருந்தன.

நான்கு சக்கரங்கள் கொண்ட தள்ளுவண்டி அது. வண்டியில் மலையாள தினசரிகள் விரிக்கப்பட்டு, அதில் வாழைப் பழங்கள் வகை வகையாக அடுக்கப்பட்டிருந்தன. வண்டியின் நான்கு மூலைகளிலும் பூவன் பழங்கள். அவர் கை வைத்திருந்த இடத்தில் செவ்வாழை. மையத்தில் பாசிப்பச்சை நிறத்தில் பச்சை நாடன். இது தவிரவும் அங்கொன்றும் இங்கொன்றுமாக கற்பூரவள்ளி. மொந்தன், பேயன், ரஸ்தாளி பழங்கள். அடுக்கியிருந்த பழங்களைத் திரும்பவும் அவர் எடுக்கவும் அடுக்கவுமாக இருந்தார்.

நான் திலகர் திடலுக்கு ஒரு வேலையாகப் போக வேண்டியிருந்தது. நடந்தே போகவேண்டிய தூரம்தான். ஒரு கண் பாலத்தில் ஏறிநின்று பார்க்கையில், நேரெதிரே திலகர்திடல் சந்திப்பும், அந்த வளாகக் கட்டிடங்களும் சற்று மங்கலாகத் தெரிந்தன. அந்த இடத்தை நோக்கி நடையைத் தொடங்குகையில், அந்தத் தள்ளுவண்டி பழக் கடைக்காரர் என்னைக் கூப்பிட்டார். "தம்பி, பளம் வாங்கிட்டுப் போலாம்ல." நான் எடுத்துவைத்த நடையை ஒரு கணம் நிறுத்தி, அவரைத் திரும்பிப் பார்த்தேன். "வா, குறைச்சிப் போட்டுத் தர்றேன்" என்றார்.

அந்த வண்டியை நோக்கி நடந்தேன். எத்தனையோ வகை பழங்கள் இருந்தாலும் செவ்வாழை, செந்தூரம் தேய்த்துக் குளித்த பெண்ணாட்டம் தனித்துத் தெரிந்தது. நல்ல மொந்தை. வாலிபப் பெண்ணின் இடுப்புச் சதைப்பிதுக்கம் போல சதைப்பிடிப்பு. கொழு கொழுவென வேறு இருந்தது. பழத்தை வாங்கவில்லையென்றாலும் ஒரு முறை தொட்டோ, தடவியோ பார்க்க வேண்டும் போலிருந்தது. நான் செவ்வாழைப் பழத்தைப் பார்ப்பதைத் தெரிந்துகொண்ட அந்தக் கடைக்காரர், பழத்தை சீப்பாக எடுத்து முன்னும் பின்னும் காட்டினார்.

“எவளோ?” என்றேன்.

“செவ்வாள. ஒரு பளம் பதினைஞ்சு ரூபா. ரெண்டு வாங்கிக்கோ இருபத்தஞ்சுக்கு தர்றேன்.”

விலை அதிகமா, பரவாயில்லையா, எனக்குத் தெரியவில்லை. செவ்வாழை குலைதள்ளும் பருவம் இது அல்ல என்று எனக்குத் தெரிந்திருந்தது. பருவம் தவறி விளையும் எந்தப் பழத்திற்கும் மவுசு அதிகம்தான். பரவாயில்லையெனச் சொல்லத்தக்க விலையையே அவர் சொல்லியிருந்தார். சட்டைப்பைக்குள் கையை நுழைத்துச் சில்லறையைத் துழாவினேன். இருபத்து நான்கு ரூபாய் தேறியிருந்தது. கொத்தாக அவரது உள்ளங்கையில் வைத்தேன். அத்தனையும் நாணயங்கள். கையை மூடி, ஒரு குலுக்குக் குலுக்கி, கையை விரித்து, எண்ணிப் பார்த்தவர், “ஒரூபா குறையுதே” என்றார்.

நான் பதிலுக்கு ஒன்றும் சொல்லவில்லை. சிரித்துவைத்தேன். அவர் கல்லாப்பெட்டிக்குள் அதைப் போட்டிடாமல் கையிலேயே வைத்திருந்தார். “ஒரு ரூபா தானே குறையுது” என்றேன் நான்.

“ஒரூபா நட்டத்திலே வித்து நா எப்டி மூடிச் சுத்தியாட்டம் பணக்காரனாவது?” என்றார். பேருந்து நிலையத்திற்குள் ஒரு பேருந்தின் இரைச்சல் அடிபட்ட கரடி அழுவதைப்போல ‘எப்பா...’ எனச் சத்தம் கொடுத்தது. இதை அவர் சொல்கையில், அவரது முகத்தில் சிரிப்பு ஈயாடவில்லை. ஒரு ரூபாய் குறைந்தால் எதையும் நான் யாருக்கும் கொடுத்திட மாட்டேன் எனச் சொல்லும்படியாக அவரது முகம் குலை தள்ளியிருந்தது.

“அது யாருங்க மூடிச் சுத்தி?”

“டாஸ்மாக் கடையில சரக்குகள மொத்தமா வாங்கி, மூடிய ஒடைக்காம சுத்திக்கழட்டி, சரக்க ரெண்டாப் பிரிச்சு, அதிலே

தண்ணீய விட்டு அடச்சி விற்பான்களே'' என்றவரின் இமைகள் எரிச்சலில் அடித்துக்கொண்டன.

“அதுமாதிரி ஏன் நீங்க ஆகணும்?'' என்றேன்.

“ஏ ஊர்ல ஒருத்தன் மூடிச்சுத்திதானே பெரும்பணக்காரனாகி யிருக்கான். சல்லிக்காசுக்கு சிங்கி அடிச்சபயலா இருந்தவன். இன்னைக்குப் பெரிய கொட்டாரம் போல வீடு. ரெண்டு காரு. இன்னைக்கு அவன்தே ஏ ஊரு ஊராட்சித் தலைவரு. எம்எல்ஏ சீட் வேற கேட்டிருக்கான்.''

“கிடைக்கணுமே, கிடைச்சாலும் ஜெயிக்கணுமே?''

“பிணத்துக்குக் குஞ்சம் கட்டி, கூட்டத்தில ஆடவிட்டு, காசாக்கிறவன். கச்சவடம் பிடிச்சவன். சீட் கிடைச்சா ஜெயிச்சிப் புடுவான்.''

என்னையே சற்றுநேரம் குறுகுறுவெனப் பார்த்தார். அவருக்கு உதடுகள் அசைந்து, முகம் அசையாது இருந்தது.

“நான் கேட்ட பழத்தைக் கொடுங்க. நான் கிளம்புறேன்'' என்றேன்.

“இவ்ளோ நேரம் சொல்றதென்ன. நீ இப்ப கேட்பதென்ன. அந்த மூடிச்சுத்தி பய எம்எல்ஏ ஆகிற மாதிரி, நா இந்தப் பளத்த வித்து அவனைப் போல ஆகிறதில்லையா?'' எனக் கேட்டு, தொழில்மயமாகச் சிரித்தார். சிரிப்பு அவருக்கு நன்றாகவே கைகொடுத்தது. நயனவாத்தியமாகச் சிரித்தார். வெயில் இளஞ்சூடாக என் பிடரியில் ஊர்ந்தது.

“வேற சில்லறை இல்லையே.''

“மூடிச்சுத்திய வாளவைக்கத் தெரிஞ்ச இந்தக் குடிகார மனுஷப் பயல்களுக்கு, இந்த வாளைப் பளக்காரனை வாளவைக்கத் தெரியுறதில்ல. ஊரான் மொதல்னா இப்படியா உப்புப்போடாம திம்ப'' என்றார். எனக்குக் கோபம் வந்தது. எனக்குள் என்னவோ ஒன்று, 'படக்' கென கடிப்பதைப் போலவும் இருந்தது. அரளி இலை முனையாட்டம் முகத்தைக் காட்டினேன். மதியச் சூரியனை சற்றுக் கூர்ந்து பார்ப்பதைப்போல என்னை அவர் பார்த்தார்.

“என்ன பேசுறே. நானாகவா உன் கடைக்கு வந்தே. நீதானே கூப்பிட்டே?''

“இதுக்கு ஏன்தம்பி கோபப்படுறே. மூடிச் சுத்திக்கிட்ட ஒத்தருபா குறச்சிக்கொடுத்தா காசால மொகத்தில அடிக்கான். நானென்ன, அப்படியா அடிச்சேன்.''

“ஊர் மொதலு, உப்பென சொன்னீயே?”

“அந்த மூடிச்சுத்திப் பய சொன்னதச் சொன்னே. அதுக்கேன் ஓ மொகம் வெட்டுப்பட்ட புண்ணு விரியிறதாட்டம் விரியுது?”

“ஒத்த ரூபா கேட்டேனே இல்லயா?”

“இல்லேனுதான் அப்பவே சொன்னேனே.”

அவர், வண்டியில் அடுக்கியிருந்த பழங்களை ஒவ்வொன்றாக எடுத்து, வரிசைக்கிரமமாக அடுக்கினார். “கேரளாவிலேருந்து வந்த சரக்குங்க. ஒரு பளம் தவறினா மொதலு போச்சி. உனக்காகத் தர்றேன். வேறு யாரும்னா எச்சிக் கையாலே ஈ வெரட்ட மாட்டே.”

அவரது முகம் இறங்கி, ஏறி அசைந்தது. அவரது முகத்தில் தெரிந்த வைசூரியத் தழும்புகளும் சிரிக்கச் செய்தன. பதிலுக்கு நானும் சிரித்தேன். அவரது பற்கள் வாழைக்காறை அப்பிப்போய், சந்து பற்களுக்குள் பாக்குத் துகள்கள் துருத்தி இருந்தன.

தூரத்தில் ஒரு நாய்க்குட்டி நெகிழிப் பையைக் கால்களால் துவைத்து, வாயால் கடித்து இழுத்துக்கொண்டிருந்தது. அதன் பக்கமாகத் திரும்பியவர் உதடுகளால் விசிலடித்து அழைத்தார். அவரது அழைப்பைக் கேட்டு, தூரத்திலிருந்து அந்த குட்டிநாய் ஓடிவந்தது. வாலை ஆட்டிக் குலாவியது. அவரது காலடியையொற்றி, தரையை நுகர்ந்து பார்த்தது. என் கால் சதையைக் கவ்விவிடுமோ? என்கிற பயம் எனக்கு. நான் அவரையொட்டி நகர்ந்து, உரசி நின்றேன். “அடேய் மணி, தள்ளிப்போ” என்றார். எனக்கு வியப்பாக இருந்தது.

“ஏம்பேரு மணினு உங்களுக்கு எப்டித் தெரியும்?”

“ஓ... ஓம்பேரும் அதுதானா?” என்றவர், வாய்க்கோரி கொப்பளிப்பதைப் போல சிரித்தார். எப்பொழுது பழத்தைப் பிய்த்தார், எதிலிருந்து பிய்த்தார் என்பதை நான் கவனிக்கத் தவறியிருந்தேன். அந்த நேரத்தில் என் கண்கள் மட்டுமல்ல, என் கவனமும் மருட்டியாகியிருந்தது. “அடேய் மணி, நிழலுக்குப் போ” என்றதும் அந்தக் குட்டிநாய் மறுபடியும் வாலை ஆட்டிக்கொண்டு, நீள்வட்டமாக விழுந்து, உடையாமல் கிடந்த அருகாமை கட்டிட நிழலை நோக்கி ஓடியது. “நாயை நல்லா வளர்த்திருக்கீங்க” என்றேன்.

“அதெ நாயெனச் சொல்லாதே. மணி, மணினு சொல்லணும்” என்றவரின் கைகள் இரண்டு செவ்வாழைப் பழங்களை ஒரு தினத்தந்தி தாளில் வைத்து மடித்து, மென்சணலால் நான்கைந்து சுற்றுச் சுற்றி,

விரல்களால் சணலைக் கொய்து சட்டென அறுத்து, “பையை விரிங்க” என்றார்.

“பரவாயில்ல, கையிலேயே கொடுங்க” என்ற நான் அதை வாங்கிக்கொண்டு, “பூவன்பழம் ஒண்ணு கொடுங்களே” என்றேன். “ஒரு பளம் ரெண்டு ரூவா” என்றார். சட்டைப் பையைத் துளாவிப் பார்த்துவிட்டு, உதட்டைப் பிதுக்கினேன். “ஒருபாயாவது இருக்கா?”

தலையைக் கழுத்து நெட்டிப் பறிப்பதைப்போல அசைத்தேன். அவர் கையில் எடுத்திருந்த பழத்தை வண்டியிலேயே வைத்துவிட்டு, வண்டியைத் தெற்குப் பக்கமாக நகர்த்தி, விசாலமாக வட்டமிட்டுக் கிடந்த கட்டிட நிழலை நோக்கி நகர்த்தினார். அந்த நகர்தல் எனக்கான பதிலாகவும் இருந்தது. நான் அந்த இடத்திலிருந்து நடையைக் கட்டினேன்.

கையில் வாங்கிய பழம் கையிலேயே இருந்தது. பழத்தை நான் தோளில் தொங்கிக் கிடந்த ஜோல்னாப் பைக்குள் வைத்துவிடவில்லை. சாலையில் வாகன நடமாட்டம் இல்லாதிருந்தால் கண்களை மூடிக் கொண்டு நடக்கலாம். அப்படியான நேர்ச்சாலையில் எனது நடை ஓட்டமாக இருந்தது. உழவர் சந்தைக்கும் எதிர்புறம் ஒரு தேநீர்க்கடை மூட்டமாக இருந்தது. கடைக்கும் வெளியே பெஞ்ச், ஸ்டூல் கிடத்தப் பட்டிருந்தன. அக்கடைக்குள் நுழைந்து ஓர் இருக்கையில் அமர்ந்து கொண்ட நான், நாட்டுச்சர்க்கரையில் ஒரு டீ போடச் சொல்லிக் கேட்டு ஜோல்னாப் பையைத் தூக்கி மடியில் வைத்துக்கொண்டேன். “வடை, ஃபோண்டா எதுவும் வேணுமா?” கேட்டார் டீக்கடைக்காரர்.

“வேண்டாம், பழம் இருக்கு. செவ்வாழை” என்றேன். டீ போடுவதற்காகக் குவளையை எடுத்தவரின் முகம் சிரிக்கிறது, என்கிற பெயரில் கோணியது.

நான் கையிலிருந்த பொட்டலத்தைப் பிரித்தேன். செந்தூரம் பூசிக் குளித்த பெண்ணாகக் கற்பனை செய்திருந்த பழம் அழுகியிருந்தது. மற்றொன்று அடிவாங்கி வெள்ளரிப்பழமாக விரிஞ்சு பிளவுண்டு, மேற்பகுதி ஓட்டாஞ்சல்லி அளவுக்குச் சொட்டையாகக் கறுத்திருந்தது. இரண்டில் ஒரு பழத்தை நாசிக்குக் கொண்டுசென்றேன். பழம் இரண்டுநாள் வாந்தி நாற்றமெடுத்தது. அக்கடைக்காரர் பழத்தைப் பார்த்துச் சிரித்து முகத்தைச் சுழித்துவிடுவாரோ என இரண்டு பழங்களையும் அதே காகிதத்தில் சுற்றி பைக்குள் போட்டுக்கொண்டு, கோபக்கனலாக எழுந்தேன். அவர் பச்சைக்குதிரை தாண்ட நானா கிடைத்தேன்? எனக்குள் சுர்ர், சுருளென கோபம் எடுத்தது. பேசியே

ஏமாற்றப்பட்டிருக்கிறோம் என்பதை நினைக்கையில், என் வாயினில் கொழகொழத்த வார்த்தைகள் பிசுபிசுத்தன.

டீக்கடைக்காரர், “டீ போட்டாச்சு” என்றார். அவரது குரலுக்கு நான் காது கொடுக்கவில்லை. பழம் வாங்கிய இடத்தை நோக்கி விரைந்தேன். உளி கொண்டும் செதுக்க முடியாத கோபம் என் முகமெங்கும் படர்ந்து, நெஞ்சின் வழியே பாதத்தில் இறங்கியது. தூரத்திலிருந்தே பார்த்தேன். அந்த இடத்தில் தள்ளுவண்டி இல்லாதது தெரிந்தது. இன்னும்கூட வேகமாக நடந்தேன். நான் பழம் வாங்கிய அந்த இடத்தில் ஒரே ஒரு வாழைப்பழத் தோல் மட்டுமே கிடந்தது.

சாலையின் இரு புறமும் கண்களை ஓடவிட்டேன். கண்களுக்குக் கால்கள் உண்டு. நாசியும் உண்டு. கண்கள் பறவையாடின. அவரைத் தேடி, அவரது வண்டியைத் தேடி, அவருக்கு வாலாட்டி, எனக்குப் பற்களைக் காட்டிய நாயைத் தேடினேன். ஒரு நாயும் என் கண்களில் தென்படுவதாக இல்லை. இப்போது முன்னே விடவும் அவர் மீது அமிலக் கொதிப்பு வந்தது. மனதுக்குள் விருமத்தயம், ஏமாற்றக் கிறக்கம். அதற்குள்ளாக எங்கே போயிருப்பார்? அவரை நான் விடப் போவதில்லை. யாரிடம் உன் வேலையைக் காட்டுகிறாய், என் கண்கள் தூண்டிலாகவும் தூண்டில் முள்ளாகவும் மாறின. மேற்கே மகளிர் கலை அறிவியல் கல்லூரி திருப்பம் வரைக்குமாகப் போய்த் திரும்பினேன். அப்படியே கிழக்கே கோர்ட் வளாகம் திரும்பி அண்ணா சிலையின் பக்கமாகக் கண்ணும் கயந்தலையுமாய் தேடினேன். என் தேடல் வீண் போகவில்லை. என் பெயருடைய அந்த நாய்க்குட்டி என் பார்வைக்குப் பட்டிருந்தது.

அவர் அடித்த விசிலைப் போலவே நானும் அடித்து, அந்த நாயின் கவனத்தை என் பக்கமாகத் திருப்பினேன். அந்தக் குட்டிநாய் ஓடத் தொடங்கியது. நகரவாசிகளை அந்த நாய் நன்றாகவே கற்று வைத்திருந்தது. எறும்பைப் போல ஊர்ந்துகொண்டிருந்த சைக்கிள், லாரி, பேருந்து, மனிதர்களை மறுவி அத்தனை அழகாக ஓடியது. அந்த நாயின் பின்னே நானும் ஓடினேன். நாய், பழைய விக்டோரியா மகாராணி ஆர்ச் இருந்த இடத்தில் மேற்குப் புறம் சின்னப்பா பூங்காவையொட்டி ஓரிடத்தில் ஒதுங்கியது.

அந்தத் தள்ளுவண்டிக்காரரைப் பார்த்திருந்தேன். அவரும் என்னைப் பார்த்துவிட்டிருந்தார். கண்ணில் விழுந்துவிட்ட தூசி உத்திரமாய் கனத்து, கண்ணிலிருந்து வெளியேறிய கணமாக இருந்தது. என்னைப் பார்த்த வேகத்தில் அவரது முகம் வேறொரு பக்கமாகத்

திருப்பிக் கொண்டது. பிறகு தொழில் வித்தை தெரிந்தவராய், என் பக்கமாகத் திரும்பி, “வா மணி” என்றார். பற்கள் தெரியச் சிரிக்க வேறு செய்தார்.

“என்னையா கூப்பிட்டீங்க?”

“ஆமா, ஏன் அப்டி கேட்கிறீங்க?”

“உங்க மணி பேரும் மணியாச்சே” என்றேன்.

“அது ஹாய் மணி. நீங்க தம்பி மணி” என்றவர் வேறொரு விதமாகச் சிரித்தார்.

“ரொம்ப சிரிக்காதீங்க. அசிங்கமா இருக்கு” என்றேன். சிரிப்பை வாழைப் பழத்தை விழுங்குவதைப்போல விழுங்கச் செய்தார். கையில் வைத்திருந்த பழத்தை அவர் முன் எறிவதைப் போல வைத்தேன்.

“ஏன், என்னாச்சு?” என்றவர் பழத்தை பொட்டலத்திலிருந்து எடுத்து அப்பபடியும் இப்பபடியுமாகப் பார்த்தவர், “பழத்தக் கீளே எதுவும் போட்டுட்டீங்களா?” எனக் கேட்டார்.

“என்ன விளையாடுறீயா, ஊரான் வீட்டு மொதல்னா இப்படிதான் உப்பில்லாம திம்பியா?”

“நான் சொன்னதையே நீ திரும்பச் சொல்றே.”

“உனக்கு மனசாட்சினு ஒண்ணு இல்லையா?”

“நானும் இப்டிதான் தம்பி கேட்டேன். அதுக்கு அந்த மூடிச் சூத்திப்பய என்ன சொன்னான் தெரியுமா? இது பாண்டிச்சேரி சரக்கு. வேணுனா வாங்கிக்கிட்டு போ. வேண்டானா, இந்தா துட்டப் பிடின்னான். குடிச்சுப் பளகிப்போன வசிறு சொன்னாக் கேட்கவா செய்யுது. வாங்கி ஊத்திக்கிட்டேன். மொட்டப் பச்சத்தண்ணி. தூக்க மாத்ர கலக்கிருப்பான் போல, கிறுகிறுத்து வந்துச்சு.”

“அழுகிய பழத்தக் கொடுத்திட்டு, கதெ அளக்குறீயே, இதுதான் ஓ தொழில் தருமமா?”

“தருமத்த இன்னைக்குத் தருமனுக்கிட்டே கூட எதிர்பார்க்க முடியாது தம்பி.”

“யாருக்கிட்ட ஓ வேலயக் காட்றே?”

“இதுக்கு ஏந்தம்பி கோபப்படுறே? வேற பளம் கேட்கப் போறே. நான் தரப்போறே. ஆனா, என்கிட்ட நீங்க எதிர்பார்க்கிற கரிசனத்த அந்த மூடிச்சுத்தி பயக்கிட்ட எதிர்பார்க்க முடியாது. அதெ மட்டும் தெரிஞ்சுக்கோ.”

“இதெல்லாம் நான் கேட்கிணுங்கிறது ஏந்தலவிதி” என்றேன்.

“உன் தலவிதி இல்ல. இந்த நாட்டோட தலவிதி.”

“இப்ப நீ என்னதான் சொல்ல வாறே?”

“ஆ... அப்டி வா என் வளிக்கு” என்றவர், ஒரு கற்பூரவள்ளி பழத்தைப் பிய்த்து, என் முன் நீட்டினார். அதைக் கைநீட்டி வாங்க, என் சுயமரியாதை தடுத்தது. “அட வாங்கிக்கோ. காசு வேண்டாம். செவ்வாளைக்கு வேற மாத்தித் தாறேன்” என்றவர், நான் கொடுத்த செவ்வாழையை “ ஆய் மணி...” என அழைத்து, அந்த குட்டி நாயிடம் விட்டெறிந்தார். அந்த நாய் ஓடி வந்து வாலை ஆட்டியபடி அதை நுகர்ந்து மட்டும் பார்த்தது.

“பார், ஓ நாய்க்கூட தின்னமாட்டேங்குது.”

“எல்லா நாயும் வாளப் பளம் திங்கிறதில்ல தம்பி.”

“உனக்கு வேற செவ்வாள தரணும் அவ்வளவுதானே?” வண்டியி லிருந்த வாழைச் சீப்பை எடுக்கவும் பார்க்கவும் வைக்கவுமாக இருந்தார். அவரது வாய் ஓய்வதாக இல்லை.

“நீங்க வாழைப் பழத்தை விற்கிற மாதிரி தெரியலயே. இதை வச்சிக்கிட்டு வித்த காட்டுற மாதிரில தெரியுது” என்றேன். அவர் சிரித்தார். தொழில் செய்கிறவர்கள் எல்லாவற்றுக்கும் சிரிக்கத் தெரிந்திருக்க வேண்டும் போல.

“தம்பி, அந்த மூடிச்சுத்தி பயலுக்கு எம்எல்ஏ சீட் கொடுத்தா, நாடு உருப்படுமென நெனைக்கிறே?”

“இதெ ஏன் என்கிட்ட சொல்றே?”

“இதெ நான் உன்கிட்ட கேட்காம வேற யார்க்கிட்ட கேட்க. நீ தானே ஏங்கடையத் தேடி வந்திருக்கே” என்றவர், “இந்த நாட்டுல என்ன தம்பி நடக்குது. அக்கிரமம் செய்றவன் வாள்றான். நியாயம், அநியாயம் பாக்கிறவன் சாகிறான். நான் இப்ப இந்தத் தொளில மனச்சாட்சிப்படி செய்றதில்ல. நானென்ன, எல்லாரும் அப்டிதே”

வித்தாரமாகப் பேசினார். ஒவ்வொரு சீப்பாக எடுத்து, அழுகிய பழத்தை கத்தியால் காம்போடு வெட்டி எறிந்தார்.

"ஒனக்கு எப்படி அழுகிய பழத்த கொடுக்க மனசு வந்தது?"

"அவனப்போல நானும் வாளவேண்டாமா?"

" யாரப்போல வாழணுங்கிறே?"

"அதான் சொன்னேனே, மூடி சுத்தியாட்டம்?"

இரண்டு செவ்வாழைச் சீப்புகளை எடுத்து முன்னே பின்னே பார்த்து, இரண்டு பழங்களைப் பிய்க்கப் போனவர், "இன்னும் ரெண்டு ரூபா கொடுங்க தம்பி, இந்தப் பழத்தில தர்றேன்."

"என்னைய நீ குருட்டாடுனு நெனைச்சியா? அதெல்லா முடியாது. நீ ஏமாத்துனத்துக்கே எனக்கு ரெண்டு பழம் கூடத் தரணும்."

"வயித்லே அடிக்கிறீயே தம்பி?"

"நானா வயித்ல அடிக்கிறே நீதான்யா அடிக்கே?"

"ஒரு ரூபாயாவது கொடுவே தம்பி."

"ஒரு நயா பைசா கிடையாது."

"கொடுக்கலாம் தம்பி கொடு. நானும் மூடிச்சுத்தியாட்டம் பணக்காரனாகி, எம்எல்ஏ ஆகி, நாட்டுக்குச் சேவை செய்வேன். அப்ப உனக்கு சலுக செய்றேன்" என்றவர், ஏலரிசி வகைப் பழத்தை கையில் எடுத்து, என்னிடம் காட்டி, "இதை வாங்கிக்கோ. குறைச்சிப்போட்டுக் தர்றேன்" என்றார்.

"இது வேணாம். ரஸ்தாளிதான் வேணும்" என்றேன். கையை நீட்டி ஒரு சீப்பை எடுத்து, பழத்தை முன்னும் பின்னும் பார்த்து, "தர்றேன் தம்பி. ஒரூபா கொடு" என்றார்.

அவரை ஒரு கணம் முறைத்துப் பார்த்தேன். "ஏந்தம்பி அப்டி பார்க்கே. காசே இல்லாட்டியும் விடு, தர்றேன்" என்றவர் இரண்டு பழங்களைப் பிய்த்து ஒரு பேப்பரில் சுற்றி என் முன்னே நீட்டியவர், " இங்கேயே சாப்பிடு. வெளியூர் சரக்கு" என்றார்.

பழம் பார்க்க நன்றாக இருந்தது. செவ்வாழையைப் போல இந்தப் பழத்தை வருணித்தால் மஞ்சள் தேய்த்துக் குளித்ததைப் போல சதைப்பிடிப்பு, எனச் சொல்லலாம். கனிந்து, கொழு கொழுவென வேறு இருந்தது.

“வேண்டாம், நல்லா மடிச்சுக் கட்டியே கொடுத்திடு” என்றேன்.

“நல்லது தம்பி” என்றவர் அதற்கும் ஒரு சிரிப்பு சிரித்துக் கொண்டார்.

அவர் கொடுத்த பழத்தைக் கைநீட்டி வாங்கி எனது ஜோல்னாப் பைக்குள் போட்டுக்கொண்ட நான், “யார்கிட்டே உன் வேலய காட்டுறே” என்றபடி அந்த இடத்தை விட்டு நகரப் பார்த்தேன்.

“தம்பி, பொறுத்திருந்து பாருங்க. அந்த மூடிச்சுத்தியாட்டம் நானும் பணக்காரனாகி, எம்எல்ஏ ஆகிக்காட்டுறேன்.”

“இளிச்சவாயன் இருக்கிற ஊர்ல இஞ்சி இனிக்குமாம்.”

“ஆகிக்காட்டுறேன் தம்பி. ஏமாத்தி பிளைக்கிறவங்களுக்குத்தே, இங்கே மருவாத.”

“என்கிட்ட உன் பாச்சாப் பலிக்காது.”

“மனசில தில்லுனு இருந்தா, கொலையயும் செய்யலாம் தம்பி. கைல துட்டுனு இருந்தா அதிலேயிருந்து வெளிலே வந்திடலாம்.”

“அடுத்தவன் வயித்ல பார்த்து அடி. அடிக்கிற அடில செத்திறப் போறான்.”

“அந்த மூடிச்சுத்தி அடிச்சி, யாரும் செத்ததில்ல. வயிறு அழுகி, கல்லீர செத்தும் வாள்ந்துகிட்டு இருக்கான்க.”

“நீயும் உன் வியாபாரமும்” எனத் துப்பியபடி நடையைக் கட்டினேன்.

“வா தம்பி, வா...” என்றவர் அதற்குப் பிறகும் முணங்கியது, எனக்கு கேட்கவே செய்தது. அழுகிய பழத்தை மாற்றியதை விடவும் காசை மீட்டுவிட்ட குதூகலத்தில் எனது நடை மாறியிருந்தது. நான் நடந்த வேகத்திற்கு ஒரு பேருந்து பிருந்தாவனம் நிறுத்தத்தில் நின்று மூச்சு வாங்கியது. அதில் ஏறி அமர்ந்துகொண்ட நான் பைக்குள் கையை நுழைத்து, பொட்டலமிட்டிருந்த பழத்தை எடுத்தேன். பழக்கடைக்காரர் மீதான வாதங்கள் எனக்குள் சுருளெடுத்தது. அந்த ஏமாற்றுப் பேர்வழியிடம் ஏமாறாமல் சுதாரிப்புடன் நடந்துகொண்ட எனது வாதத் திறமையை என்னால் மெச்சிக்கொள்ளாமல் இருக்க முடியவில்லை.

கையிலிருந்த பொட்டலத்தை விரித்து ஒரு பழத்தை எடுத்தேன். பழம் நல்ல சதைப்பிடிப்பாக இருந்தது. தோலைத் தடவிப் பார்த்தேன்.

இந்த நாட்டில் தோலுக்குத்தான் எவ்ளோ மரியாதை. உரித்தேன். "எனக்கு எம்எல்ஏ ஆகிற தகுதி இருக்கு, நீனா பொறுத்திருந்து பாரு" எனத் தள்ளுவண்டிக்காரர் சொன்னதை நினைக்கையில் எனக்கு சிரிப்பு வந்தது. கூடவே அவர் சொன்ன மூடிச்சுத்திக்காரரும் நினைவுக்கு வந்தார். பழத்தின் சதை பிதுக்கமாக இருந்தது. பழத்தை வாய்க்குக் கொண்டுசென்று மெல்லக் கடித்து, சதையை மென்றேன்.

ரஸ்தாளி அல்ல. பூவன் பழம்.

எறும்புக் குஞ்சு

சுவீதனைத் தன் வழிக்குக் கொண்டுவர அவளால் முடிந்த எல்லா முயற்சியையும் எடுத்தாள் கனகா. மகனின் வம்படிக்கு முன் அவளது முயற்சிகள் எடுபடவில்லை. அவள் மனதளவில் சற்றே இறங்கி வந்து கெஞ்சிப் பார்த்தாள். மாட்டேன் என்பதில் அவன் உறுதியாக இருந்தான்.

“முன்னே மாதிரியில்ல. நீ இப்ப பெரிய பையனாயிட்டே. இனி நீ ஜட்டி போடத்தான் வேணும். ஜட்டி போட்டேதே குளிக்கணும்” என்றாள். இதை அவள் கெஞ்சுவதைப் போல சொன்னாலும் ஒரு வித கண்டிப்புத்தொனி அவளது கண், நாவில் துருத்தியிருந்தது.

சுவீதன் குளிக்கையில், உடை மாற்றுகையில் அவனுக்கும் தாய்க்குமான பனிப்போர் ஜட்டியின் மீதே இருந்தது. மகன் சொல் பேச்சுக் கேட்பதில்லை, எனக் குணாளனிடம் ரொம்பவே அலுத்துக் கொண்டாள். “அவன கண்டிச்சு வையுங்க. ஜட்டி போடச் சொல்லுங்க” என்பதாகச் சொல்லி கணவனிடம் அவள் சண்டை பிடித்தாள். மகனைத் தன் வழிக்குக் கொண்டுவந்திட முடியாத அவமானம் அவளது முகத்தில் ததும்பி வழிந்தது. மகனின் அம்மணம் அவளை ரொம்பவே குறுகவைத்தது. தன் இரத்தத்தையும் உயிரையும் யாரோ நிர்வாணப்படுத்தி நிறுத்திவிட்டதாக உள்ளூர புழுங்கினாள். அவளது உடம்பு கூசச் செய்தது.

முன்பு, அப்பாவின் சொல்லுக்கும், பார்வைக்கும் சற்றே பயப்படுகிறவனாக இருந்தான். “இரு, அப்பா வரட்டும். நீ பிடிக்கிற அடத்த அவர்க்கிட்ட சொல்லிடுறேன்” என்பாள் கனகா. அவன் காது மடல்களைப் பின்புறமாக இறுகக் கட்டிவிட்டதைப்போல முகமிறுக்கம் கொள்வான். அப்பா, தன்னை ‘கக்காப் பிள்ளை’ எனச் சொல்லி விடுவாரோ, எனக் கலக்கம் கொள்வான். இதை அவள் சொல்லிச் சொல்லியே அவனை அவளது வழிக்குக் கொண்டுவந்திருந்தாள். இப்போது அப்பா மீது அவனுக்கு அன்பு மட்டுமே இருக்கிறது.

கனகா, சுவீதனின் கிளாஸ் டீச்சர் மேரியின் பெயரை உச்சரிப்பதாக இருந்தாள். “சுவீதன், இனி நீ ஜட்டி போடலன்னா, மேரி டீச்சர்க்கிட்ட சொல்லிடுவேன். அவங்க உன்ன பின்னி எடுத்துடுவாங்க” எனச் சொல்கையில் அவன் சற்று பயங்கொள்கிறவனாக இருந்தான்.

சுவீதனுக்கு, இடுப்பில் ஜட்டியோ, துண்டோ இல்லாமல் சுதந்திரமாகக் குளிப்பது பிடித்திருந்தது. உடம்பில் பொட்டுத் துணியில்லாமல் அறைக்கு ஓடிவருவதும், டவுசரை எடுத்துக்கொண்டு வலமடிப்பதும் அவனுக்குப் பிடித்த சுதந்திரமாக இருந்தது. அவனது அப்பா குணாளன், மகனின் சுதந்திரத்தில் தலையிடவோ, அதற்கு முட்டுக்கட்டை போடவோ இல்லை. அதேநேரம் அணையாடை அணிவதன் அவசியம் குறித்து அவ்வப்போது விளக்குபவராக இருந்தார். அவரது விளக்கம் ஜட்டி என்பது உடல் உறுப்புகளை மறைத்தல் பற்றியோ, மானம் குறித்தோ இல்லை. மறை உறுப்புகளில் ஈ, கொசு உட்காரும். அதனால் தோலில் சிரங்கு, புண் வரும். உறுப்புகளைச் சுத்தமாக வைத்துக்கொள்ள வேணும். ஆகையினால் ஜட்டி அணிய வேணும்... எனச் சொல்வதாக இருந்தார்.

ஒரு நாள் மகன் கேட்டான். "ஏ வயசுல நீங்க ஜட்டி போட்டீங்களாப்பா?" இப்படியான கேள்வியை குணாளன் சற்றும் எதிர்பார்க்கவில்லை. மகன் கேட்ட கேள்வியை நினைத்து கனகா வெடியென சிரித்தாள். சிரிப்பை அவள் பல வகையில் சிரித்துக் காட்டுகிறவள்.

மகன், இப்படியாகக் கேட்டதை நினைத்து குணாளனால் நீண்ட நேரத்திற்கு சிரிக்காமல் இருக்க முடியவில்லை. சிரிப்பை அவர் தொண்டைக்குள், கொடும்புக்குள், நாக்கிற்குள் என மறைக்கப் பார்த்தார். அவரையும் மீறி கடைவாய் வழியே சிரிப்பு கசிந்தது.

சுவீதன் விடுவதாக இல்லை. "நெஜமாவே நீங்க போட்டீங் களாப்பா?". இக்கேள்வியை அவன் கேட்டுவிட்டு, கண்களைப் படக் படக்கென அடித்துக்கொண்டான். குணாளன் இதற்குப் பதில் சொல்லவில்லை. கனகாதான் பதில் சொன்னாள். "உன் அப்பா உன் வயசுல பெர்ஃபெக்ட்டுடா." இதை அவள் சொன்னதோடு நிறுத்தி யிருக்கலாம். மகன் அடுத்தொரு கேள்வியைக் கேட்பதற்கு உகந்ததாக வாய் உதடுகளைச் சுழித்தாள். அவளது சுழிப்பைப் புரிந்துகொண்ட சுவீதன், மறு கேள்வியைக் கேட்டான்.

"அப்பா பெர்பெக்ட்டுனு உங்களுக்கு எப்படிம்மா தெரியும்?" அத்தனை பவ்வியமாக அக்கேள்வியைக் கேட்டவன், அம்மாவின் முகத்தைப் பார்த்தான்.

"அப்பாவோட ஃப்ரெண்ட் சொன்னாங்கடா."

"எந்த ப்ரெண்டும்மா?"

“சுசிலானு ஒரு ஃப்ரெண்ட்.”

கனகா இதைச் சொல்லிவிட்டு, கணவனைப் பார்க்கவில்லை. மகனின் தலை மயிரைக் கொத்தாக வருடிக் கொடுத்தபடி இருந்தாள்.

குணாளன் பொங்கோதமாக உட்கார்ந்திருந்தார். கனகா இப்படித் தான்! உங்களோட இளமைப் பருவ அந்தரங்கங்களை அடியேன் தெரிந்து வைத்திருக்கிறேன், என அவ்வப்போது காட்டுகிறவள்.

அவள் திரும்பி நின்றிருந்த பக்கம் முழு உருவ கண்ணாடி இருந்தது. அதன் வழியே கணவரின் முகத்தைப் பார்த்தாள். கோபத்திற்கும், புன்னகைக்கும் இடைப்பட்ட உணர்ச்சிமயம் அவனது முகத்தில் தேனீக்களாக மொய்த்தது. வீடு சற்றே அமைதி கண்டது.

குணாளனுக்கு மேகலா டீச்சர் நினைவுக்கு வந்தார். குணாளன் ஐந்தாம் வகுப்பு படிக்கையில் கிளாஸ் டீச்சர் அவர்தான். பள்ளிக்கு வந்ததும் அவர் கேட்கும் முதல் கேள்வி, “யாரெல்லாம் ஜட்டி போடல, எழுந்திருங்க” என்பதாக இருந்தது. இதை அவர் உரத்த குரலில் கேட்டார். பள்ளியைத் தாண்டி ஊருக்குள்ளும் இக்கேள்வி எதிரொலிக்கும். ஊரார்களுக்கும் சேர்த்தே கேட்பதாக இருக்கும். கையில் பிரம்பு வேறு வைத்திருப்பார்.

“பொம்பளப் பிள்ளைங்கள்ள யாரெல்லாம்டி போடல, எழுந்திருங்கடி” சொல்லிக்கொண்டே பிரம்பை முகவாய்க்குக் கொடுத்து எழுப்புவார். அவரது கேள்விக்கு முதல் ஆளாக சுசிலா எழுந்திரிப்பாள். அவள், முதல் வரிசையில் முதல் ஆளாக உட்கார்ந்திருக்கிறவள். அவளைத் தொடர்ந்து புனிதா, கவிதா, ரூபினி என எழுந்திருந்தார்கள்.

“நீட்டுங்கடி கைய...” ஓங்கிய வேகத்தில் பிள்ளைகளுக்கு அடிவிழும். வலி, வாளால் வெட்டுண்டு விழுந்துவிட்டதைப்போல ரணம் கொடுக்கும். எல்லாவற்றுக்கும் அவர் அடி கொடுத்து விடுவதில்லை. ஆனால், ஜட்டி விசயத்தில் அவர் படு கறார். சேட்டை, குறும்பு, வம்புதும்புகளுக்கு அடிகொடுக்கையில் பையன்களுக்கே அடி செமத்தியாக விழும். ஜட்டி விசயத்தில் பெண்களையே பின்னி எடுப்பார். அடி வாங்கும் பிள்ளைகள், கைகளை அத்தனை வேகமாக உதறி, ஒரு கையால் மறுகையை இறுக முறுக்கி, மடிக்குக் கொண்டு சென்று வலியை ஆழ்த்திக்கொள்வார்கள்.

வகுப்பில், குணாளன் ஒருவனைத் தவிர மற்றவர்கள் அடி வாங்குவார்கள். குணாளன், அடிவாங்கித் துடிப்பவர்களைப் பார்த்து

சிரிக்கவோ, ரசிக்கவோ செய்யாமல் அத்தனை அமைதியாக உட்கார்ந்திருப்பான்.

டீச்சர் மேகலா குணாளனை அருகினில் அழைத்து, அவனது முதுகைத் தட்டிக் கொடுத்து, அவனுக்கொரு கல்கோனா மிட்டாய் எடுத்துக் கொடுத்தார். "குணாளன் நல்ல பிள்ள. அவனுக்காக எல்லாரும் கைதட்டுங்க" என்றார். அடி வாங்கி வலியில் ரணமாய் உட்கார்ந்திருந்தவர்கள் சப் சப்பென கைகொட்டினார்கள்.

"எல்லாம் ஐந்தாம்ப்பு வந்திட்டீங்க. இனி நீங்க பெரிய பிள்ளைங்க. ஜட்டி நீங்க அவசியம் போடணும்" எனத் தீண்டாமை ஒரு பாவச் செயல், பெருங்குற்றம், மனிதத் தன்மையற்ற செயல் என்கிற உறுதி மொழிக்கு நிகராகத் தினமும் சொல்லி வந்தார். உள்ளாடை அணிவதன் அவசியம் குறித்த போதனை, தினமும் ஒரு மணி நேரத்திற்கு மேலாக நீளும். குணாளன் பெயரைச் சொல்லி, அவ்வப்போது பாராட்டச் செய்வார். அவனது பெயரைச் சொல்கையில் அவன் 'வெங்கலமத்து' அத்தனை அமைதியாக உட்கார்ந்திருப்பான்.

இடைவேளை மணி அடிக்கையில், அவன் வகுப்பு மாணவர்கள், அவன் அணிந்திருக்கும் ஜட்டியைப் பார்க்க வட்டம் கட்டுவார்கள். அதற்கு அவன் இடம் கொடுக்க மாட்டான். "டேய் குணா, உனக்கு யார்டா ஜட்டி வாங்கிக்கொடுத்தா? உங்கிட்ட எத்தனை ஜட்டிடா இருக்கு? என்னென்ன கலர்லடா இருக்கு?" எனக் கேட்பார்கள். அவர்களது கேள்விக்கு அவன் ஒரு பதிலும் சொல்லாமல், அத்தனை அமைதியாகக் கடந்துவிடுவான்.

டீச்சரின் கண்டிப்புக்குப் பிறகு, ஜட்டி அணிந்து வரும் முதல் மாணவியாக, சுசிலா ஆனாள். சுசிலாவை அருகில் அழைத்து, அவளது பாவாடைக்கும் வெளியே, இடுப்பைத் தடவிப் பார்த்த மேகலா டீச்சர், "இம் சுசிலா ஜட்டி போட்டிருக்கா. சமத்துக்குட்டி. எல்லாரும் அவளுக்கு கை தட்டுங்க. இப்படித்தான் பொம்பளப் புள்ளைங்க சமத்தா இருக்கணும்" எனப் பாராட்டுகையில் சுசிலா அத்தனை பூரிப்போடு நின்றாள்.

"டீச்சர் எனக்குக் கல்கோனா?" சுசிலா, பயம் மறந்து டீச்சரிடம் கேட்டாள்.

"ஆமாமடி..." என்ற டீச்சர், பேக் சிப்பைத் திறந்து பேக்குக்குள் கையை நுழைத்து ஒரு கல்கோனாவை எடுத்து அவளிடம் கொடுத்து, "எல்லாம் இவளுக்கு இன்னொருக்கா கைகொட்டுங்க" என்றார்.

சுசிலா, பெண்களில் நன்றாகப் படிக்கக்கூடியவள். ஆனால், கணக்கு வராது. அதுநாள் வரைக்கும் வகுப்புத் தலைவியாக இருந்த ரேகாவை பின்னுக்குத் தள்ளிவிட்டு, சுசிலா லீடர் ஆனாள். தினமும் பள்ளிக்கு வந்ததும் யாரெல்லாம் ஜட்டி அணிந்திருக்கிறார்கள், யாரெல்லாம் அணியவில்லை, எனப் பார்த்து டீச்சரிடம் சொல்வது அவளது வேலையாக இருந்தது.

புத்தகப் பையுடன் பள்ளிக்கு வருகையில், வருகின்ற வழியிலேயே பெண்கள் அவளிடம் இடுப்பைக் காட்டுவார்கள். அவள் தொடை, இடுப்புப் பகுதியைத் தடவிப் பார்ப்பாள். சிலர், ஜட்டியின் பட்டியை இழுத்துவிட்டு, 'பட்' எனச் சத்தம் வரும்படியாகச் செய்வார்கள்.

பையன்களில் யாரெல்லாம் ஜட்டி அணியவில்லை என்பதைப் பார்த்துச் சொல்பவனாகக் குணாளன் இருந்தான். "ஜட்டி நீ போட்டுருக்கியா?" எனக் கேட்க மட்டும் செய்வான். ஆடையில் கை வைத்து, தடவிப் பார்க்கவோ, விரல் விட்டுப் பார்க்கவோ மாட்டான்.

மேகலா டீச்சர், ஜட்டி குறித்து நிறைய சொல்வாள். ஜட்டி அணிவது முக்கியமில்லை. அதை ஈரத்தோடு அணியக்கூடாது. ஒரே ஜட்டியைத் தினமும் அணியக் கூடாது. துவைக்காமல் அணியக் கூடாது என்பது குறித்தெல்லாம் டீச்சர் வகுப்பு எடுத்தார். ஒரு நாள் கடையிலிருந்து புது ஜட்டி வாங்கிவந்தவர், ஜட்டியை எப்படி யெல்லாம் துவைக்க வேண்டும், எப்படி காயப்போட வேண்டும். எப்படி மடிக்க வேண்டும், எப்படி அணிய வேண்டும் என்பதைச் செய்முறையாக விளக்கிக் காட்டினார்.

"குணாளன் இங்கே வா. ஜட்டி நீ எப்படிப் போடுவே. போட்டுக் காட்டு" எனச் சொன்னதும், அவன் எழுந்திருக்காமல் உட்கார்ந்தே இருந்தான். "பய ரொம்பத்தான் வெட்கப்படுறான்" என்றவர், ஜட்டியின் முன், பின் புறங்களைக் காட்டி, விரல்களால் ஜட்டியை விரித்துக்கொடுத்து விளக்கினார். ஜட்டியை அவர் அத்தியாவசிய உடையில் ஒன்றாகக் கற்பித்தார். பள்ளிக்கூடம் வழியே, வேலைக்குச் செல்லும் பெற்றோர்களைக் கூப்பிட்டு, "உங்க பிள்ளைக்கு ஜட்டி வாங்கிக் கொடுத்தீங்களா?" எனக் கேட்பார். வாங்கிக் கொடுக்க வில்லை, என்பாரிடம் நீங்களாவது போட்டிருக்கீங்களா, என்பார். அவர்கள் முகத்தில் வெட்கம் வழிய சிரிப்பார்கள். "நீங்க போட்டுப் பழகில்ல, புள்ளைங்க போடும்" என்பார். இதைக் கேட்டு பலர் தலை குனிவார்கள். ஊரார்கள் மேகலா டீச்சரை, ஜட்டி டீச்சர் என அழைக்கத்

தொடங்கியிருந்தார்கள். அதற்காக அவர் வெட்கப் படவோ வருத்தப்படவோ இல்லை.

குணாளனுக்கு எல்ஐசி நிறுவனத்தில் வேலை கிடைத்தது. அந்நிறுவனத்தில் பணியாற்றிய ஒரு ஊழியரை அவன் திருமணம் செய்துகொள்ள முன் வந்தான். திருமணப் பத்திரிக்கை வைக்க சுசிலா வீட்டுக்குச் செல்கையில், அவள் மாமன் மகனைத் திருமணம் செய்துகொண்டு நகரத்தில் குடியிருப்பது தெரியவந்தது. அவளைத் தேடிச் சென்றான்.

சுசிலா, இரண்டு குழந்தைகளுக்குத் தாயாகி இருந்தாள். அவனைப் பார்த்ததும், “குணா, என் கண்ண நம்பவே முடியல” என்றவளாய் முகம் மலர்ந்தாள். “டீ சாப்பிடுறீயா, காப்பி சாப்பிடுறீயா?” எனக் கேட்டாள். “தண்ணீரே போதும்” என்றான் குணாளன். அத்தனை வேகமாக டீ வைத்து ஆற்றிக்கொடுத்தவள், அவளது கணவரை அழைத்து வந்து அவனிடம் அறிமுகம் செய்துவைத்தாள். இருவரிடமும் பத்திரிக்கையை நீட்டிய குணாளன், “குடும்பத்தோட கல்யாணத்துக்கு வந்திருங்க” என்றான்.

“நிச்சயமாக, உறுதியாக” என்றாள் சுசிலா. அவள் சொன்னதைப் போலவே முதல் ஆளாக மண்டபத்திற்கு வந்தாள். அவளை அழைத்துச் சென்று மணப்பெண் கோலத்திலிருந்த கனகாவிடம் அறிமுகம் செய்து வைத்தான் குணாளன். அப்பொழுதே இருவரும் அத்தனை நெருக்கமாக நீண்ட நாட்கள் பழகிக்கொண்ட தோழிகளாகிவிட்டிருந்தார்கள். மணப்பெண்ணை அலங்காரப்படுத்துவதில் சுசிலா ஆர்வம் காட்டினாள்.

குணாளன் கனகா தம்பதிக்கு தலைப் பிரசவத்தில் மகன் பிறந்தான், சுவீதன். அவன் இரண்டு வயதைத் தாண்டுகையில் கனகா அவனுக்கு ஜட்டி அணிவிக்கையில் ஜட்டிக்குள்ளிருந்த எறும்பு அவனைக் கடித்துவிட்டது. வலியில் துடிதுடித்துப்போன அவன் ஜட்டியை ஒவ்வாமையாகப் பார்த்தான். ஜட்டி என்றாலே கண்ட இடத்தைக் கடித்துவைக்கும் ஆடையாக நினைத்து அதை அணிய மறுத்தான். அவனுக்காகத் தாய் வாங்கிவரும் ஜட்டியை அவன் தலையைச் சுற்றி தூரத்தில் எறிந்துவிடுகிறவனாக இருந்தான். “நான்தான் டவுசர் போட்டிருக்கேன்ல. பின்னே ஏன்ம்மா ஜட்டி?” என வாதம் செய்தான்.

இப்போது சுவீதனுக்குப் பத்து வயது. “இனியும் நீ ஜட்டி அணியாது, அம்மணமாகத் திரிவது நல்லதல்ல” என மகனுக்கு கனகா வகுப்பெடுத்தாள்.

"ஓ அப்பா, சின்ன வயசிலேயே ஜட்டி போட்டுக்கிட்டவர். அவருக்குப் பொறந்த நீ ஜட்டி போடமாட்டேனு அடம் பிடிக்கிறியேடா" என கனகா அவனது காதைப் பிடித்துத் திருகி, கேலி செய்தாள். அப்படியாகக் கேட்கையில் குணாளன் மனைவியிடம் கேட்டான், "சின்ன வயசிலே நான் ஜட்டி அணிஞ்ச விசயம் உனக்கெப்படி தெரியும்?"

"தெரியும்" என்றவளாய் ஒரு சிரிப்பு சிரித்தாள் கனகா.

"அதான் எப்படினு கேட்கேன்."

"சுசிலா சொன்னாள்."

"எந்த சுசிலா?"

"உங்ககூட படிச்சவங்க. நம்ம கல்யாணத்துக்கு மொத ஆளா வந்தாங்களே, நீங்க அறிமுகப்படுத்தி வச்சீங்களே, அவங்க."

"அவளா சொன்னாள்! என்ன சொன்னாள்?"

"நல்லா படிப்பீங்களாம். எல்லாத்திலேயும் பெர்ஃபெக்டாம். அவங்களெல்லாம் ஜட்டி போடாம வந்து, டீச்சர்க்கிட்ட திட்டும் அடியும் வாங்குவாங்களாம். நீங்க மட்டும் குட் வாங்குவீங்களாம்". இதைச் சொன்ன கனகா, உதட்டைப் பிதுக்கவும் இமைகளை வேகமாக அடித்துக்கொள்ளவும் செய்தாள். புருசனின் குழந்தைப் பருவ அந்தரங்கம் இன்னொருவர் மூலமாக தனக்குத் தெரிந்துவிட்டது, என்கிற மகிழ்ச்சியைவிடவும் இதையெல்லாம் இன்னொரு பெண் தெரிந்துகொள்ளுமளவிற்கு இந்த மனுசன் நடந்துகொண்டிருந் திருக்கிறாரே என்கிற அருவருப்பு அவளது முகத்தில் ஈயாடியது.

எப்பொழுதெல்லாம் ஜட்டி அணிய மாட்டேனென சுவீதன் அடம் பிடிக்கிறானோ, அப்பொழுதெல்லாம் இதை சொல்லிக் காட்டுவதாக இருந்தாள். "உன் அப்பா சின்ன வயசுல ஜட்டி போட்டவர்டா. அவருக்குப் பிறந்த நீ இப்படியா இருப்பே?"

இதைச் சொல்லிக் கேட்டதில் அவனுக்கு மனனமே ஆகிவிட்டிருந்தது. ஒரு நாள் சுவீதன் கேட்டான், "அப்பா, நீங்க நெஜமாகவே ஏ வயசுல ஜட்டி போட்டீங்களா?"

"புள்ள கேட்கிறான்ல. உண்மையச் சொல்லுங்க?"

குணாளனால் அப்போதைக்கு ஒரு பதிலும் சொல்ல முடியவில்லை.

அன்றைய இரவு, கணவனை எழுப்பிக் கேட்டாள் கனகா. "இல்லைதானே?"

"என்ன இல்லைதானே?"

"அஞ்சாம் வகுப்பு படிக்கையிலேயே ஜட்டி?"

"இம், இல்ல" என்றான் குணாளன்.

"பிறகு இந்தப் பாராட்டு, கல்கோனா, வெரிகுட், கைதட்டல் எல்லாம்?"

குணாளன் புன்முறுகச் சிரித்தான்.

"நீங்க மட்டும் சிரிச்சா எப்படியாம்? சொன்னா நானும் சிரிப்பேன்ல."

"அப்ப எனக்கு ஜட்டின்னா என்னன்னே தெரியாது. ஜட்டி போடாதவங்கள எழுந்திருக்கச் சொன்னாங்க மேகலா டீச்சர். நான் அப்படின்னா என்னன்னே தெரியாம உட்காந்திருந்தேன். நான் ஜட்டி போட்டிருக்கேனு டீச்சர் நெனச்சிக்கிட்டாங்க. என்னைப் பாராட்டி, கல்கோனா கொடுத்தாங்க."

கனகா வெடியெனச் சிரித்தாள். "அதானே பார்த்தேன். நீங்களாவது அந்த வயசில ஜட்டி போட்டிருப்பதாவது. நீங்க போட்டுருந்தில்ல, நம்ம புள்ள போடுவான்" என்றவாறு வேறொரு சுதியில் சிரித்தாள்.

"ஆமாம், எப்பத்தான் நீங்க ஜட்டி போட்டீங்க?".

"அது என்னோட அந்தரங்கம். அதெயெல்லாம் நீ தெரிஞ்சக் கூடாது."

கனகாவுக்கு தொண்டைக்குள் சிரிப்பு வந்தது. குமிழ் உடைபடுவதைப்போல சிரித்தவள், "நான்னா சொல்லட்டா?" எனக் கேட்டாள்.

குணாளனின் உடம்பு சட்டென வியர்த்தது. "உனக்குத் தெரியுமா? எப்ப, சொல்லும் பார்க்கலாம்."

"ஏழாவது படிக்கிறப்ப" என்றவள், "சரியா?" எனக் கேட்டாள்.

அவளை அவன் வியப்புற பார்த்தான். "மேத்ஸ் டீச்சர் கிளாஸ் எடுத்தாங்க. உங்கள எறும்பு கடிச்சிருச்சு. நீங்க கடியில துடிச்சீங்க. உங்கள தனியே அழைச்சிக்கிட்டு போன டீச்சர், டவுசரை அவிழ்த்து

பார்த்திட்டு, ஜட்டி ஏன் போடலணு கேட்டாங்க. நீங்க இல்லைனு சொன்னீங்க. அவங்க பணம் கொடுத்து ஒரு ஜோடி வாங்கிக்கிற சொன்னாங்க" என்றவள் சரியா, என்பதைப் பார்வையால் கேட்டாள்.

அவனது உடம்பு வியர்வையில் குளித்ததைப் போல ஆகிவிட்டது. உதடுகள் படபடவென அடித்துக்கொண்டன. அவள் சொன்னது மிகச் சரியாக இருந்தது.

"இதெல்லாம் ஒனக்கு யார் சொன்னா?" எனப் பரிதவிக்கக் கேட்டான் குணாளன். "இதை நான் சொல்லமாட்டேன். ஏன்னா இது அந்தரங்கம்" என்றவளாய் கொடுப்புக்குள் சிரித்தாள் கனகா.

ஊழியம்

அவளது புலனம் வாசகம்கூட அதுவாகவே இருந்தது, ‘ஊழியம் செய்’ என்று. அவளது புதிய செல்போனில் முதலில் வைத்த வாசகம் அது. அதன் பிறகு எத்தனையோ முகப்புப் படங்களை அவள் மாற்றி விட்டாள். அந்த ஒரு வாசகம் மட்டும் மாறாது இருந்தது. நான் பல முறை அவளிடம் சொல்லியும் கேட்டும் பார்த்துவிட்டேன். அவளது இரத்த உறவினர்கள் என் தொடர்புக்கு வந்து, அந்த வாசகம் குறித்து கேட்கச் செய்தார்கள். சிலர், அவள் இன்னும் அப்படியாகத்தான் இருக்கிறாளா, கல்யாணத்திற்குப் பிறகும் மாறவில்லையா எனக் கேட்டார்கள். அவள் யார் வாய்க்கும் செவி சாய்ப்பதாக இல்லை.

அந்த செல்போன்கூட அவளாகவே வாங்கிக் கொண்டதுதான். அதை வாங்கிய விசயத்தில் அவள் மீது எனக்கு வருத்தம் உண்டு. அவள் என்னிடம் கேட்காமல் தனியே செல்போன் வாங்கிக் கொண்டதற்கு என் தன்மானம் இடம் கொடுப்பதாக இல்லை. ஒரு வேளை அவள் வாய்திறந்து, எனக்கு செல்போன் வேணுமெனக் கேட்டிருந்தால், நான் வாங்கிக் கொடுத்திருப்பேனோ என்னவோ? என் மனக்குரலைத் தெரிந்துகொண்டேதான் அவள், அவளாகக் கடைக்குச் சென்று செல்போன் வாங்கி வந்திருந்தாள். ஆண்ட்ராய்டு போன். நல்ல விலை வேறு. இதற்கு ஏது பணம்? நான் கேட்க நினைத்த தருணத்தில் அவள் சொன்னாள், “அப்பா கடைசியா பார்க்க வந்தப்ப, கைச்செலவுக்குக் கொடுத்துவிட்டுபோன பணத்தில வாங்கினேன்.” இதை அவள் சாதாரணமாகச் சொல்லி எச்சில் விழுங்கவில்லை. இந்தச் சொல்லலில் ஒரு துடுக்குத்தனமும் துள்ளாட்டமும் இருந்தது.

இப்போது பிரச்சனை அந்த செல்போனோ, அதை என் அனுமதியில்லாமல் வாங்கியதோ அல்ல. அதிலுள்ள வாசகம்தான். “ஊழியம் செய்.” அவள் திருமணம் செய்துகொண்டு எனக்கு மனைவியான நாள் முதல் எதில் எழுதினாலும் முதல் வாசகமாக இதை எழுதாமல் அவள் எதையும் எழுதுவதில்லை. அவள் பள்ளி, கல்லூரியில் படிக்கையில் தேர்வுத்தாளில் இதை எழுதிய பிறகுதான் பதிலை எழுதியிருப்பாள் போலும்! ஒரு வேளை அந்த போனை நான் வாங்கிக் கொடுத்து இந்த வாசகத்தை வைக்காதே, எனச் சொல்லி யிருந்தால் கேட்டிருப்பாளா என்பது சந்தேகம்தான்!

நேற்றைக்கு ரகு என்னுடன் தொடர்புகொண்டு பேசினான். ரகு நெருங்கிய நண்பனாக இருந்து மைத்துனன் ஆனவன். ஒரு முறையில் அவனுக்கு இவள் ஒன்றுவிட்ட சித்தப்பா மகள். அவன் மூலமாகத்தான் இந்த வரன் எனக்கு வாய்த்தது. உனக்கேற்ற பெண். மிக நல்லவள். நல்ல குடும்பத்தவள். நிறைய செய்முறை செய்வார்கள். பெரிய கை... என என்னவெல்லாமோ சொல்லி, என்னைப் பெண் பார்க்க அழைத்துச் சென்றான். பிறகு அவனே ஒரு நாள் சொன்னான். பூமிகாவுக்கு சட்டுப்புட்டெனத் திருமணம் செய்ததற்குக் காரணம் ஊழியம் செய், என்கிற வாசகம்தான் என்று.

வீட்டு நிலைப்படியில், பூஜை அறையில், முகம் பார்க்கும் கண்ணாடி... என எல்லா இடங்களிலும் இந்த வாசகத்தை எழுதி வைத்திருக்கிறாள். இவளை இப்படியே விடுத்தால் கிறித்தவத்திற்கு மாறி, மதத்திற்குத் தொண்டூழியம் பார்க்கச் சென்றுவிடுவாளெனப் பயந்து, அவளுக்கான கல்யாண ஏற்பாட்டில் இறங்கியிருக்கிறார்கள். அவளை நான் பெண் பார்க்கச் செல்கையில் முக்கால் கன்னியாஸ்திரீயாகத் தெரிந்தாள். அவளது கழுத்தில் ஒரு பாசியோ, கறுப்புக் கயிறோ தொங்கியிருக்கவில்லை. காது, மூக்கில் ஒரு பொட்டு நகையில்லை. கிராமத்தில் இப்படியான ஒரு பெண்ணைப் பார்க்க எனக்கு எட்டாம் அதிசயமாகத் தெரிந்தாள்.

"இலையுதிர்கால மரம் அழகாகக் காட்சியளிக்கிறதென்றால், வசந்த காலத்தில் அதே மரம் பேரழகாகக் காட்சியளிக்கும்" எங்கேயோ, எப்பொழுதோ வாசித்த வரிகள் என் நினைவுக்கு வந்தன. நகையற்று மூளியாக இருந்த அவளது முகத்தில் வசந்தகால முகம் ஒளிந்து மறைந்து ஒளிர்வதாக இருந்தது.

பார்த்தவுடன் பிடிக்கும் முகமாக அவள் இருந்தாள். ஒரு பெண்ணுக்கான நாணமோ, பயிர்ப்போ அவளிடம் மருந்துக்கும் இல்லை. அதுவொரு பெரிய குறையும் அல்ல, எனச் சொல்லும் முகமாக அவள் இருந்தாள். எளிமையான உடையும் கச்சிதமான தையலில் வெறிக்காத நிறமாக உடுத்தியிருந்தாள்.

அவளைப் பிடித்திருக்கிறது என நான் சொல்வதற்கு முன்பாகவே, என்னைப் பிடிப்பதாக ரகுவிடம் அவள் சொல்லியிருந்தாள். அவளை ஏன் பிடித்திருக்கிறது, எனச் சொல்வதற்கு அவளிடம் நூறு இலட்சணங்கள் இருந்தன. என்னை அவளுக்குப் பிடித்ததன் காரணம் தான் எனக்குத் துலங்காமல் இருந்தது.

கல்யாணம் அறவே வேண்டாம் எனச் சொல்லிக்கொண்டிருந்தவள் கல்யாணம் செய்துகொள்வதாக ஒப்புக்கொண்டதை அவளது குடும்பத்தார்கள் வியப்போடு பார்த்திருக்கிறார்கள். பையன் அரசு வேலையில் இருக்கிறான். அரைக் காசுனாலும் அரசாங்க காசு... என்பதாகச் சொல்லி, அவளது மனதை மாற்றி திருமணத்திற்கு சம்மதிக்க வைத்திருக்கிறார்கள்.

பெண் பார்த்துவிட்டு வந்த மூன்றாம் நாள் ரகு என்னை அழைத்தான். ஓர் உணவகத்தில் வைத்து, எதையோ சொல்ல வந்து எதை எதையோ சொன்னான். பூமிகா நல்ல பெண். அவள் சர்ச்சுக்கு ஊழியம் பார்க்கச் சென்றுவிடுவாளென்றே இத்தனை வேகமாக இந்தக் கல்யாணத்தைப் பேசி முடித்தோம். இந்தக் கல்யாணத்திற்குச் சம்மதிப்பாளென்று நாங்கள் யாரும் எதிர்பார்க்கவில்லை. உன் தோற்றம் அவளது மனதை மாற்றிவிட்டது. எல்லாருக்கும் பிடித்த பையனாக நீ இருந்துவிட்டாய், எனச் சொல்லிக்கொண்டு வந்தவன், கல்யாணத்திற்கு முன்பு உங்களுக்குத் தெரிவிக்கும்படியாக ஒரு நிபந்தனை விதிக்கிறாள். அதைச் சொல்லத்தான் உன்னை அழைத்திருக்கிறேன், என்றான். இலையில் மறுசோறு வைத்தவரிடம் "போதும்" என்றவாறு ரகுவின் முகத்தைப் பார்த்தேன். போதும், என்பதைத் தனக்கும் என்பதாக அவன் எடுத்துக்கொண்டான்.

எங்கள் இருவருக்குமிடையில் சற்றே அமைதி நிலவியது. பந்தியில் பரிமாறும் எதையும் சாப்பிட முடிவதைப்போல, சாப்பிட்டுக் கொண்டே எதையும் கேட்க முடிவதில்லை. சாதத்தில் ஊற்றிய ரசம், உடைப்பெடுத்துக்கொண்டு, நரம்பு வழியே ஓடியது. ரசத்தைச் சோறு கொண்டு மறித்து, ரசத்தோடு சோற்றைப் பிசைந்தேன். என் வயிறு சேர்ந்து பிசைந்தது. நான் இலையின் ஒரு மூலையிலிருந்த ஊறுகாயை ஆட்காட்டி விரலால் வழித்து, அதை நாக்கில் வைப்பதா, உதறுவதா, என யோசித்தவனாய் அவனைப் பார்த்தேன்.

ரகு, ஒன்றும் பேசாதவனாய் குனிந்த தலை நிமிராது வேறு வழியில்லாமல் சோற்றைப் பிசைவதும், சாப்பிடுவதுமாக இருந்தான். அவனது பார்வை எனது பக்கம் திரும்பும்படியாகக் கேட்டேன், "என்ன, கல்யாணத்துக்குப் பிறகு தனியே வீடு எடுத்து தங்கணுமா?" இதைக் கேட்ட நான் அவனது முகம் கோணாமலிருக்க அவனைப் பார்த்துச் சிரித்துவைத்தேன். அவன், சோற்றை இன்னும் கூழாகப் பிசைந்தவனாய், "அதெல்லாம் இல்ல. வயசானவங்களுக்கு ஊழியம் செய்றதுனா அவளுக்கு ரொம்பப் பிடிக்கும். அதனாலெ மாமனார்,

மாமியார கை விட்டுற மாட்டாள். கடைசி வரைக்கும் கூடவே வச்சிக்குவாள். அதப்பத்தி கவலப்பட வேண்டியதில்ல'' என்றான்.

“பின்னே, தாலி கட்டிக்க மாட்டேனு சொல்றாளா?''

ரகு இலையிலிருந்து கையை எடுத்து வெறுங்கையைப் பிசைந்தான். அவன் பிசைவதைப் பார்க்கையில் அவன் சொல்ல வந்ததை நான் சரியாகச் சொல்லிவிட்டதாக எனக்குத் தோன்றியது. ரகு சற்று நேரம் அமைதியாக இருந்துவிட்டு, “பூமிகா அப்படியாகச் சொன்னவள்தான். சித்தி அதைப் பேசி சரி செய்திட்டாள். தாலி கட்டிக்கிற சம்மதிச்சிட்டாள்'' என்றவன் அதிசயித்துச் சிரித்தான்.

“பிறகென்ன?'' என்றவனாய் இலையை மூடினேன். நான் மூடியதைப் பார்த்து அவனும் மூடினான். நான் அத்தனை அவசரப்பட்டு இலையை மூடியிருக்க வேண்டியதில்லை. அவன் மோருக்குக் கொஞ்சம் சாதம் வாங்கிக்கூட ஓரிரு வாய் சாப்பிடும் வரைக்கும் நான் காத்திருந்திருக்க வேண்டும் என நினைத்தவனாய், அவனது முகத்தைத் துருவிப் பார்த்தேன்.

“சொல்றேனு தப்பா எடுத்துக்காதே'' என்ற ரகு இருக்கையிலிருந்து மெல்ல எழுந்து, கைகழுவுமிடத்தில் என் காதுக்குள் ஒரு காதிற்கு மட்டும் கேட்கும்படியாகச் சொன்னான். “ஒண்ணுமில்ல, குழந்த உடனே பெத்துக்கிற மாட்டேனு கண்டிசன் போடுறா.''

என்னையும் அறியாமல் எனக்குப் பெருமூச்சு வெடித்தது. சிரிப்பு வேறு வந்தது. “ஏனாம்?'' என்றேன். அருகில் தொங்கிய காகிதக் கத்தையிலிருந்து ஒரு துண்டு காகிதத்தை உருவி, கையைத் துடைத்தவனாய், “ஒரு வேள கல்யாண வாழ்க்க பிடிக்கலனா, மனமொத்து ரெண்டு பேரும் பிரியுறப்ப குழந்தெ ஒரு பிரச்சனையாக இருக்கக்கூடாதுனு நெனைக்கிறாள்'' என்றான். இதை அவன்தான் சொன்னான் என்றாலும் அவனது குரலும் தொனிப்பும் மாறியிருந்தது.

எனக்கு சிரிப்பும் நாசி வெடிக்கப் பெருமூச்சும் ஒரு சேர வந்தன. நானும்கூட அதைத்தான் நினைத்திருந்தேன். கல்யாணம் வேண்டாம், எனச் சொல்லிக்கொண்டிருந்தவள் எதை வைத்துக் கல்யாணத்திற்கு சட்டென ஒப்புக்கொண்டாள், என்று. ஒரு வேளை அவளுக்கு விருப்பமில்லாமல், அவளது பெற்றோருக்காகச் சம்மதம் தெரிவித்தால், எதிர்காலம் என்னாகுமென்று என்னை நான் எச்சரித்துக்கொண்டேன்.

ஒருவேளை இருவருக்கும் மனம் ஒத்துப்போகாது, குழந்தை பிறந்து, இல்லற வாழ்க்கை பிடிக்காமல் போய் பிரிய நேரிட்டால்,

குழந்தை என்னாவது? கல்யாணத்திற்குப் பிறகு, குறைந்தது ஓராண்டுக்கு குழந்தை பாக்கியத்தைத் தள்ளிப்போட வேண்டும் என நான் நினைத்ததை ரகு தன் வாயால் அவளது குரலாகச் சொன்னதை வைத்து ஆயாசமாகப் பெருமூச்சு வெடித்தேன்.

அவள் திருமணம் செய்துகொண்ட நாட்களில் ஒரு நாளைக்கு ஐந்து முறையேனும் கர்த்தரை அழைப்பதாக இருந்தாள். ஒரு நாள் அவளிடம் தன் கஷ்டத்தைச் சொல்கையில், எல்லாத்தையும் அவர் பார்த்துக்கொள்வார் என்றாள். அவளது வாயை அடைக்க, நான் மாரியம்மாவை அழைத்தேன். அவள் கவனம் என் பக்கமாகத் திரும்பியது. "யார் அவ?" என்றாள். "யாரைக் கேட்கிறே?" என்றேன்.

"இப்ப யார் பெயரையோ சொன்னீங்களே?"

"நம்ம குலதெய்வம்."

அவளது முகம் சற்றே இறுக்கம் கண்டது. அதன் பிறகு அவள் கர்த்தரை அழைக்காது, என் வழிக்கு வந்திருந்தாள். இப்படியாக, ஒவ்வொன்றாக மாற்ற முடிந்த என்னால் அவளது புலன முகப்பில், தொடக்கத்தில் வைத்த ஊழியம் செய், என்கிற வாசகத்தை மாற்ற முடியவில்லை.

செல்போன் என்னிடம் கேட்காமல், அவளாகவே சென்று வாங்கி வந்த கோபம் வருத்தமாக நெஞ்சுக்குள் அடைகாத்திருந்தது. அவளது உறவினர்களிடம் பேசுகையில், "இது என்னோட போன். அப்பா குடுத்திட்டுப் போன பணத்தில வாங்கியது" எனச் சொல்வதாக இருந்தாள். அப்பொழுதெல்லாம் அவள் மீது எனக்குக் கோபம் வரவே செய்தது. நாசி மேட்டில் ஏறி உட்கார்ந்துகொண்ட கோபத்தை அவள் மீது காட்டலாமென்றே நினைப்பேன். திருமணத்திற்கு முன்பு இவள் சொன்னதாக ரகு சொன்ன நிபந்தனை என் நினைவுக்கு வந்து என்னை எச்சரித்தது.

"நானே வாங்கித்தரலாமெனதே நெனச்சேன். அதுக்குள்ள நீனா வாங்கிக்கிட்டே" என்றேன்.

பூமிகா உதடுகள் விலகச் சிரித்தவள், "வாங்கித் தந்திருப்பீங்கதே. அப்பா நினைவா இருக்கட்டுமேயென நானே வாங்கிக்கிட்டே" என்றாள்.

அப்பா கொடுத்த பணத்தில் வாங்கியதாகவே இருக்கட்டும். அப்பா வாங்கிக் கொடுத்தாங்க, எனச் சொன்னால் நன்றாக இருக்குமே,

என மனதிற்குள் நினைத்ததை நெஞ்சுக்குள் மூடி மறைக்காமல் வெளிப்படச் சொன்னேன். அவளது முகம் சட்டெனச் சுண்டியது. “அப்ப, என்னைப் பொய் சொல்லச் சொல்றீங்களா?” என்றவள், முகத்தை அத்தனை உக்கிரமாகக் காட்டினாள். பதிலுக்கு நானும் காட்டினால் என்னாகும், என யோசித்தவனாய் முகத்தைத் திருப்பிக்கொண்டேன்.

அவளது செல்போனுக்கு சிம் கார்டு வாங்கிக்கொடுக்க வேணுமென்றே இரண்டு நாட்கள் எடுத்துக்கொண்டேன். “நீங்க சிம் கார்டு வாங்கிக் கொடுக்கும் வரைக்கும் இதை நான் உபயோகிக்கப் போறதில்ல” என்றாள். இதை அவள் கெஞ்சும் தொனியில் சொல்லியிருந்தாள். அவள் மீது எனக்கு இரக்கம் வந்தது. சிம் கார்டு வாங்கி, நானே அவளது போனில் செருகிக் கொடுத்தேன். புலனம் ஒன்றுக்காக இந்தச் செல்போனை வாங்கியவளாக, எங்கள் திருமணப் போட்டோவை முகப்புப் படமாக வைத்துக்கொண்டு பூமிகா நந்தக்குமார் என அவளது பெயரோடு என் பெயரையும் சேர்த்து வைத்துக்கொண்டாள். அதன் கீழ்தான் ஊழியம் செய், என்கிற வாசகத்தைச் சேர்த்திருந்தாள்.

ஊழியம் செய் என்கிற வாசகம் என்னைக் கலவரப்படுத்துவதாக இருந்தது. நான் தினமும் அலுவலகத்திற்குக் கிளம்புகையில், ஊழியத்தைச் சரியாச் செய்யுங்க, எனச் சொல்லி வழி அனுப்புவதாக இருந்தாள். வாங்கும் ஊதியத்திற்கு வஞ்சகமில்லாமல் ஊழியம் செய்ய வேண்டும் என்றாள். அவளது அக்கா மகன், அண்ணன் மகள்களிடம் அலைபேசி வழியே உரையாடுகையில், எனக்குக் கேட்கும்படியாக ஊழியம் செய்யுங்கள், வாங்கும் ஊதியம் குடும்பத்திற்கு ஒட்டும் படியாகச் செய்யுங்கள் எனச் சொல்லி வந்தாள்.

பணியை, வேலையைத்தான் அவள் ஊழியம் என்று சொன்னாள். ஊழியம் என்பதைப் பணி என்றும், ஊதியத்தைச் சம்பளம் என்றும் சொல்லும்படியாக அவளிடம் கேட்டுக்கொண்டேன். பணி என்பது வேறு, ஊழியம் என்பது வேறெனவேர்ச்சொல் தேடி பொருள் விளக்கினாள். அவளது அகராதியின்படி பணி என்பது கடன் அல்லது கடமை. ஊழியம் என்பது வாய்ப்பு. கடமை செய்ய வருகிறவன் தன் கடமையைக் கடனுக்குச் செய்துவிட்டு போகலாம். செய்யாமலும் போகலாம். ஊழியம் செய்ய வருகிறவன் அதைச் செய்தே ஆக வேண்டும், என்பதாகச் சொல்லி இரண்டு சொற்களுக்கும் தெளிவுரை தந்தாள்.

ஒரு நாள் விடுப்பு எடுத்துக்கொண்டு உறவினர் திருமணத்திற்கு அவளை அழைத்துச்சென்றேன். நாங்கள் வீட்டை விட்டுக்

கிளம்புகையில், பள்ளி நேரம் தொடங்கியிருந்தது. பள்ளிக்கூடத்தைக் கடந்துதான் வெளியே சென்றாக வேண்டும். பள்ளியில் ஆசிரியர் பாடம் நடத்துவது, சாலையில் சென்ற எங்களுக்குக் கேட்டது. பூமிகாவிடம் கேட்டேன். "ஆசிரியர் பாடம் நடத்துகிறாரே இது பணியா, ஊழியமா?". "இதிலே என்ன சந்தேகம், பணிதான்" என்றாள். எனக்கு அவள் சொல்லும் பணிக்கும், ஊழியத்திற்கும் பொருள் விளங்கவில்லை. அவள் சொல்லும் ஊழியம் என்னவாக இருக்குமென மனதிற்குள் அசைபோட்டவனாய் வாகனத்தை ஓட்டினேன்.

வாகனம் இரண்டொரு திருப்பம் கடந்து செல்கையில், நூறு நாள் வேலை நடந்துகொண்டிருந்தது. சாலையில் பலர் புற்களைச் செதுக்கவும், குழி தோண்டவும், மரக்கன்றுகளை நடவும் இருந்தார்கள். சிலர் மரத்தடி நிழலில் அமர்ந்து கதை பேசுவதாக இருந்தார்கள். அவர்களைக் காட்டி கேட்டேன். இவர்களில் யாரெல்லாம் பணி செய்கிறார்கள். யாரெல்லாம் ஊழியம் பார்க்கிறார்கள், என்று. அவள் வாகனத்தில் அமர்ந்தபடியே வேலை தளத்தைப் பார்த்தாள்.

எல்லாரும் பணியைத்தான் செய்றாங்க, என்றாள். மரத்தடியில் உட்கார்ந்திருப்பவர்கள்கூட பணியைத்தான் செய்கிறார்களா, எனக் கேட்டேன். உங்கள் பார்வையில் புல்லைச் செதுக்குபவர்களும் குழி தோண்டுபவர்களும் பணி செய்பவர்களைப் போலவும், மரத்தடி நிழலில் கதைபேசி உட்கார்ந்திருப்பவர்கள் பணி செய்யாதவர் போலவும் தெரியக்கூடலாம். மரத்தடியில் அமர்ந்திருப்பவர்கள் குழி வெட்டி, புல் செதுக்கி சற்றே ஓய்வு எடுப்பவர்களாகவும், இப்பொழுது குழி வெட்டுகிறவர்கள் இவ்வளவு நேரம் பணி செய்யாமல் இருந்து விட்டு, இப்பொழுது வேண்டா வெறுப்போடு பணியைச் செய்கிறவர் களாக இருக்கலாம் என்றவள், வலது பக்கக் கண்ணாடி வழியே என் முகத்தைப் பார்த்தாள். அவள் சொன்ன விளக்கம் எனக்குப் பொருள் மயக்கம் தந்தது. கொஞ்ச நேர அமைதிக்குப் பிறகு கேட்டேன், "இவர்கள்ல யாரெல்லாம் ஊழியம் செய்றவங்க?" என்று. பின்னால் அமர்ந்திருந்தவள் பின் பக்கமாகத் திரும்பி, "இவர்கள்ல யாரும் ஊழியம் பார்க்கப் போறதில்ல" என்றாள்.

எனக்குச் சிரிப்பு வந்தது. எனது குலுங்கல் சிரிப்பில் நான் ஓட்டிக் கொண்டிருந்த வாகனமும் சேர்ந்து குலுங்கியது.

"ஏன் சிரிக்கிறீங்க?" எனக் கேட்டாள். "பின்னே சிரிக்காமல் என்ன செய்வார்களாம்?" என்றேன். நான் பாதியோடு விட்ட சிரிப்பை, அவள் விட்ட இடத்திலிருந்து மீட்டாள்.

“உங்களுக்கொண்ணு தெரியுமா, குழந்தைய ஒரு தாய் பெற்றெடுப்பது அவளது கடன். அதை வளர்த்தெடுப்பது ஊழியம்.”

“நீ சொல்வதைப் பார்த்தா குழந்தையைப் பெற்றெடுப்பவள விடவும், அதை வளர்த்தெடுப்பவள் உயர்ந்தவள், எனச் சொல்வாய் போலிருக்கிறதே” என்றேன்.

“ஆமாம், அதிலென்ன சந்தேகம். குழந்தைய யாரும் பெற்று விடலாம். எல்லாராலும் வளர்த்திட முடியாது” என்றாள்.

வாகனத்தை சற்றே நிறுத்தினேன். பின் பக்கமாகத் திரும்பி அவளது முகத்தைப் பார்த்தேன். “பெத்த தாயைவிட வளர்க்கும் தாய் எந்த வகையில பெரியவள்?” என உரத்த குரலில் கேட்டேன்.

“எந்த வகையில் சிறியவள்?” எனப் பதிலுக்குக் கேட்டாள்.

“குழந்தையைப் பெத்தெடுப்பது எவ்வளவு வலியானது தெரியுமா?”

“என்னைக் கேட்டால் குழந்தையைப் பெத்தெடுப்பதைக் காட்டிலும் வளர்த்தெடுப்பதுதான் கஷ்டம் என்பேன்” என்றாள்.

“எப்படி?”

“ஆமாம். குழந்தை இல்லாதவளுக்கு ஒரு கவலை. இருப்பவளுக்கு ஆயிரத்தெட்டு கவலை.”

அவளை நான் வெறிக்கப் பார்த்தேன். “சுத்தி வளைச்சுப் பேசாதே. நேரா விசயத்துக்கு வா. குழந்தையைப் பெத்தெடுக்கும் தாயை விடவும் அதை வளர்த்தெடுக்கும் தாய் எந்த வகையில் உசந்தவள்?”

அவள் சற்றே பெருமூச்சு வாங்கி, “பெத்த தாய் குழந்தையை வளர்ப்பதற்குத் தான் பெத்த குழந்தை என்பது ஒரு காரணமாக இருக்கலாம். அதே குழந்தையைப் பெத்தெடுக்காத ஒரு தாய் வளர்ப்பதற்கு என்ன காரணமாக இருக்கக்கூடும்? மனிதாபிமானம் தான். இந்த உலகில் பெரியது அது ஒன்றுதான். ஒரு தாய் குழந்தையைப் பெத்தெடுப்பது அவளோட கடன். அதே நேரம் அந்தக் குழந்தையை வேறொருவர் வளர்த்தெடுப்பது ஊழியம்” என்றாள்.

அதற்கு மேல் அவளிடம் நான் பேச்சுக்கொடுக்கவில்லை. எனது கடன் வாகனத்தை இயக்குவதே என வேகத்தை முடுக்கினேன்.

திருமணம் முடிந்து நேரத்தோடு வீடு திரும்பினோம். நூறு நாள் வேலை. ஆட்கள் திட்டுத் திட்டாக மரத்தடி நிழலில் அமர்ந்தும்,

படுத்தும் கதை பேசுவதாக இருந்தார்கள். ஆண்கள் சிலர் வட்டமாக அமர்ந்து கீழே துண்டை விரித்து சீட்டாடிக் கொண்டிருந்தார்கள். மீண்டும் விட்ட இடத்திலிருந்து பேச்சைத் தொடங்கினேன்.

"ஊழியம் செய்ய வந்த இடத்தில் சீட்டாடுகிறார்களே?" என்றேன். ஊழியம் என்கிற சொல் மூலமாக அவளைக் கோபமூட்ட வேண்டும் என்பதற்காக அப்படியாகக் கேட்டேன். அவள் எனது முதுகில் கையை வைத்து அழுத்தியவளாய், "இது ஊழியம் அல்ல, வேலை" எனச் சொன்னாள். "இதில பணி என்பது எது?" எனக் கேட்டேன். "வேலை நேரம் முடிஞ்சதும் இன்னும் சற்று நேரத்தில வேலை ஆட்களிடம் கையெழுத்து, ரேகை வாங்குவாங்களே அதுதான் பணி" என்றாள். "அப்படினா ஊழியம் இங்கே நடக்கவே இல்லையா?" எனக் கேட்டேன். அவள் ஓரரவமில்லாமல் அத்தனை அமைதியாக உட்கார்ந்திருந்தாள்.

வாகனம் இரண்டொரு திருப்பம் தாண்டி பள்ளி வளாகத்தை நெருங்கியது. மாணவர்கள் மதிய உணவுக்காகத் தட்டுடன் வெளியே வந்தார்கள். ஒரு பக்கம் பள்ளி. மறுபக்கம் தண்ணீர்த்தொட்டி. இரண்டுக்கும் இடையில் வண்டித்தடம். அதில்தான் நான் வாகனத்தை ஓட்ட வேண்டும். சின்னஞ்சிறு குழந்தைகள் படிக்கும் தொடக்கப் பள்ளி அது. எந்நேரத்திலும் பாதையின் குறுக்கே அவர்கள் ஓடி வரக் கூடலாம். வாகனத்தை சற்றே நிறுத்தி மரத்து நிழலில் ஆசுவாசமானேன். குழந்தை பெற்றெடுக்க விரும்பாத எந்தவொரு பெண்ணும் அழகான குழந்தையைப் பார்க்கையில் அவளையும் அறியாமல் தாயாகி விடுவாள், என்கிற வாசகத்துடன்கூடிய நண்பர் வைத்த திருமண வாழ்த்து என் நினைவுக்கு வந்தது.

சிட்டுச்சிட்டான குழந்தைகள். ஆண் குழந்தைகள் அழகா, பெண் குழந்தைகள் அழகா எனப் பிரித்தறிய முடியாத அளவிற்கு ஒரே மாதிரியான சீருடைக் குழந்தைகள். நான் வாகனத்தில் அமர்ந்தபடியே கைகளைக் கட்டிக்கொண்டு அவர்களைப் பார்த்தவாறு இருந்தேன். மாணவர்கள் வரிசையாக நின்று தட்டையும் கையையும் கழுவி தண்ணீரைத் தட்டுக்கும் மேலாக எறிந்து புறந்தட்டால் அடிப்பதாக இருந்தார்கள். தண்ணீர் மிடற்றுத் துளிகளாகச் சுற்றிலும் தெறித்து, எங்கள் மீது சொட்டின. ஒரு ரெட்டைச்சடை குழந்தை தட்டு நிறைய தண்ணீரை அள்ளி, அதில் கையை அலம்பிக்கொண்டு எங்கேயோ சென்றாள். பள்ளி வளாகத்திற்கும் சற்று தூரத்தில் ஒரு மரக்கூண்டு இருந்தது. கூண்டுக்குளிலிருந்த ஒரு மரக்கன்று ஆடு கடித்து பட்டும்

படாமலும் இருந்தது. அந்த மரக்கன்றுக்கு ஒரு தட்டுத் தண்ணீரை ஊற்றினாள். நான் அந்தச் சிறுமியின் செயலைப் பார்த்தேன். பூமிகாவும் அவளைத்தான் பார்த்தவளாக இருந்தாள்.

"ஏங்க, அதோ அந்தக் குழந்தைக்கு என்ன வயசிருக்கும்?" எனக் கேட்டாள்.

அவளது உருவத்தை அளந்த நான் "ஆறு இருக்கும். ஒன்னாம் வகுப்பு படிப்பாள்" என்றேன்.

"இந்த மரக்கன்னு யார் நட்டதா இருக்கும்?"

"யார் நட்டதோ, நிச்சயம் அவள் நட்டிருக்க வாய்ப்பில்ல."

"அந்த மரக்கன்னோட பேருகூட அவளுக்குத் தெரியுமோ என்னவோ. இத்தனை குழந்தைங்க இருக்க இவள் ஏன் இந்த மரக்கன்னுக்குத் தண்ணீ ஊத்துறாள்?"

"ஆமாம், ஏன் ஊத்துறாள்?" அவளிடமே கேட்டேன்.

என் கேள்விக்குப் பதில் சொல்லாமல் அந்தச் சிறுமியைக் கண்கொண்டு பார்ப்பதாக இருந்தாள்.

"இதுதான் ஊழியமோ?" என்றேன்.

நீண்ட நேரம் அந்தக் குழந்தையைப் பார்த்திருந்தவள், "நமக்குப் பிறக்கும் குழந்தை இவளாட்டம் பிறக்கணும்" என்றாள்.

துயிலி

ஓர் ஆசை மனதிற்குள் வித்தென விழுந்து முளைக்கையில் கிளைகள் அதனை அடைய கொடிபோல படரத் தொடங்கி விடுகின்றன. பானுவின் ஆசை அப்படியானதுதான்.

நைட்டியை இனி ஒரு நாளும் உடுத்த மாட்டேனெனச் சபத மெடுத்து இருந்தவள் பானு. அவளது மகள் கட்டாயத்தின் பேரில்தான் எத்தனையோ ஆண்டுகளுக்குப் பிறகு அதை உடுத்தத் தொடங்கி யிருந்தாள். அவள் உடுத்திய கொஞ்ச நாட்களுக்குள் பாக்கெட் வைத்த நைட்டி மீது அவளுக்கு ஆசை வந்துவிட்டது. அந்த ஆசையை அவள் அவளோடு வைத்துக்கொள்ளவில்லை. எப்பொழுதெல்லாம் அவளுக்கு அலைபேசி அழைப்பு வருகிறதோ, அப்பொழுதெல்லாம் பாக்கெட் வைத்த நைட்டி மீதான ஆசையை எரிச்சலாகக் காட்டத் தொடங்கினாள்.

பானுவின் கணவர் ராஜாங்கத்திற்கு நைட்டி என்கிற ஆடை ஒவ்வாமையாக இருந்தது. அவர் பானுவைத் திருமணம் செய்து கொண்டு வந்த மறு வாரமே சொல்லிவிட்டிருந்தார், “நம்ம குடும்பத்துக்கு நைட்டி ஆகாததென்று.” இதை அவர் கனிந்தும் கடிந்தும் சொல்லி விட்டிருந்தார். அவள் ஆசையாகப் பிறந்த வீட்டிலிருந்து கொண்டுவந்த நைட்டிகளை நீண்ட நாட்கள் ட்ரெங்க் பெட்டியிலிலே வைத்திருந்து, பிறகு அதை எடுத்துக் கிழித்து, கைப்பிடித் துணிக்குப் பயன்படுத்தி, அதிலேயே கண்ணீரையும் சிந்திக்கொண்டாள்.

அவள் நைட்டி என்கிற ஆடை வரத் தொடங்கிய காலத்தில், அது வானத்தில் திரளும் மேக ஆடையாக இருந்ததில்லை. எப்பொழுதாவது வானத்தில் தோன்றும் வானவில் அளவிலேயே இருந்தது. நைட்டியைப் பெண்களே பரிந்துபழிக்கும் காலம் அது. நைட்டி போட்டிருக்கிற பெண்களிடம், “உள்ளே போட்டிருக்கீயா, சும்மாதானா?” எனக் கேட்டு சிரிக்கும் அளவாக அந்த ஆடை இருந்தது.

ராஜாங்கம், மனைவி பானுவிடம் நைட்டி நீ உடுத்தக்கூடாது, எனத் தடை விதித்ததற்கு ஒரு காரணம் இருந்தது. அவள் திருமணம் செய்துகொண்டு வந்த மூன்றாம் நாள், கணவனுக்கு அவள் உணவு பரிமாறினாள். குனிந்து பரிமாறியவளை ஒரு கணம் ஏறிட்டுப்

பார்த்தார். காணக் கூடாத ஒன்றைக் கண்டுவிட்டவராக எழுந்து விட்டார்.

“ஏன் என்னாச்சு?” பானு கணவனின் கையைப் பிடித்தவளாய் கேட்டாள்.

“முதல்ல நைட்டிய கழட்டி தூக்கி எறிஞ்சிட்டு சேலையக் கட்டிக்கிட்டு வா”

அவரது குரலில் கோபம், விரக்தி, எரிச்சல் என சகலமும் இருந்தது. கூடவே அவளது மாமியார் தேங்காய் உடைப்பதைப் போல உடைத்துக் கவிழ்த்தாள். “இதெல்லாம் ஒரு உடுப்புனு உடுத்திக்கிட்டு திரியுறே. நல்லாவா இருக்கு?”

பானுக்கு அழுகை வந்தது. கையில் வைத்திருந்த கரண்டியை நின்றபடியே சோற்றுப் பாத்திரத்தில் போட்டவள், பீரோ இருந்த அறைக்குள் நுழைந்து கதவைச் சாத்திக்கொண்டவள், நீண்ட நேரம் கழித்தே அவள் வெளியே வந்தாள். கண்கள் கண்ணீரில் கரைந்து, சிவந்திருந்தன. இப்படியாகத்தான் அவள் நைட்டியைத் துறந்திருந்தாள்.

இது அவள் திருமணம் செய்துகொண்ட இரண்டாம் வாரத்தில் நடந்தது.

இதேபோன்று இன்னொரு நிகழ்வு அவளது வாழ்வில் நடந்தது. இது சமீபத்தில். அன்றைய தினம் உலக பெண்கள் தினம். சிறப்பு பட்டிமன்றம் தொலைக்காட்சியில் ஒளிபரப்பாகிக்கொண்டிருந்தது. முழுக்கவே பெண்கள் பங்குபெற்ற பட்டிமன்றம் அது. ஒரு பெண் பேசினார். “பெண்களுக்கேன் மார்பகம் படைக்கப்பட்டிருக்கிறது, தெரியுமா?” நடுவர் எடுத்துக்கொடுத்தார், “ஏன்?” “ஏன்னா, செல்போன அங்கே வச்சிக்கிர.”

அரங்கம் கைகொட்டலும் சிரிப்புச் சத்தமுமாக இருந்ததைத் தொலைக்காட்சி அத்தனை பேரையும் மொத்தமாக விழுங்கிக் காட்டியது.

இதெல்லாம் ஒரு நகைச்சுவையா, இதற்கேன் சிரிக்கிறார்கள்? பானு உதட்டைச் சுழித்தாள். ராஜாங்கம் பானுவின் பக்கமாகத் திரும்பி கேட்டார். “ஆமா, நீ செல்போன எங்கே வச்சிக்குவே?”

அவளது கைக்குச் செல்போன் வந்ததே கொஞ்ச நாட்களுக்கு முன்புதான். மகன் கல்லூரிக்குப் போகத் தொடங்கிய காலத்திற்குப் பிறகு. நான்காம் தலைமுறை செல்போன் புரட்சி அவளது கைக்கும்

ஒரு செல்போனைக் கொடுத்திருந்தது. மகன் வாங்கிக் கொடுத்த செல்போன் அது.

"ஏன் நீங்க பார்த்ததில்லையா?" என்றவள் அவளது கையை நைட்டிக்குள் நுழைத்து, ஜாக்கெட்டுக்குள்ளிருந்த கருப்பு சவுக்காரம் போன்ற செல்போனை எடுத்து அவரிடம் காட்டினார். அவரது முகம் குழைந்து, உதடுகள் வெம்பின.

"ஏன்?"

"இனிமே செல்போன அங்கே வைக்காதே."

சொன்னதோடில்லாமல் முகத்தை உம்மென்று வேறு வைத்துக் கொண்டார்.

பானுவுக்கு நாசித் துளைகள் விடைத்தன. கையிலிருந்த செல்போனைத் தூரத்தில் எறிந்தாள். "எனக்கு செல்போனே வேணாம். பொறக்கும்போது இதென்ன என் கூடவேவா பொறந்துச்சு" என்றவள் உக்கிர கோபத்துடன் குந்தியிருந்தாள். நைட்டியை உதறி அவளால் நீண்ட காலம் வாழ முடிந்ததைப் போல செல்போனை உதறி அவளால் வாழ முடியவில்லை. இப்போதுதான் அவளுக்கு பாக்கெட் வைத்த நைட்டி தேவைப்பட்டிருந்தது.

நைட்டி, அவளுக்குப் பிடித்தமான உடை மட்டுமல்ல, ஆடையாகவும் இருந்தது. உடுத்துவது உடை, அணிவது ஆடை. அவளுக்கிருந்த கொஞ்ச அறிவில் இரண்டையும் அவள் அப்படியாக வேறுபடுத்திப் பார்த்திருந்தாள். நைட்டியை அவள் அணிந்திருந்தாள் எனச் சொல்வதைக் காட்டிலும் நைட்டி அவளை அணிந்திருந்தது எனச் சொல்வதே சரியாக இருக்கும். நைட்டி, அவள் பத்தாம் வகுப்பு படிக்கையில் அவளது கிராமத்தில் அறிமுகமான உடை. பள்ளிக்குச் சென்று வீடு திரும்பியதும் அவளது முதல் வேலை நைட்டியை எடுத்து மாட்டிக்கொள்வதுதான். அதை மாட்டிய பிறகே ஆடைகளைக் களைவாள். இந்த நைட்டியைப் பள்ளிச் சீருடையாக அறிவித்து விட்டால் எவ்வளவு நன்றாக இருக்குமென அப்போதைக்கு அவள் நினைத்துப் பார்த்திருக்கிறாள். அதற்கு ஒரு நாளும் வாய்ப்பில்லை, என்று நினைத்தவள், பிறகு அதை மறுதலித்து ஏன் வாய்ப்பில்லை? இரவுப் பள்ளிக்கூடம் தொடங்கினால் பள்ளிச்சீருடை நைட்டியாகவே இருக்கும் என்பது அவளது அன்றைய காலக் கணிப்பாக இருந்தது. கொரோனா காலத்திற்குப் பிறகு, இரவு நேர பள்ளிக்கூடங்களால் அவளது கனவு நிகழ்ந்தேறியதில் கொள்ளை மகிழ்ச்சி அவளுக்கு.

அவள் பிறந்தகத்தில் பருவப் பெண்ணாக இருக்கையில் மாதம் ஒரு நைட்டி எடுத்துவிடுகிறவளாக இருந்தாள். சைக்கிளில், பைக்கில் துணி விற்று வரும் துணிக்கடைக்காரர்கள் வண்டியை ஓட்டிவந்து பானுமதி வீட்டில்தான் நிறுத்துவார்கள்.

"பானு புது டிசைன்ல நைட்டி வந்திருக்கு."

"அப்பா வீட்ல இல்லண்ணே. கையில பணமும் இல்லே" என்பாள் பானு.

"நைட்டியக் காட்டுறேன். பிடிச்சிருக்கானு பாரு. பிடிச்சிருந்தா வாங்கிக்கோ. ஒங்கிட்ட யாரு பணம் கேட்டா. அடுத்த முறை வர்றப்ப கொடு. ஒன் பேர்ல எழுதிக்கிறேன்."

பானு அவளது வீட்டு வாசலில் நின்றபடி அவள் வயதையொத்த தெருப் பெண்களைக் கூவி அழைப்பாள். துணிக்கடைக்காரர்கள் பானு வீட்டில் கடை விரிப்பதற்குக் காரணம், இதுதான். முற்பிறவியில் இவள் கரைந்துண்ணும் காக்கையாக இருந்திருப்பாள் போலும். அவள் அழைத்தால் யாரும் வந்துவிடுவார்கள். சற்றுநேரத்தில் வண்டியைச் சுற்றி பெண்கள் கூடிக்கொள்வார்கள். உள்ளாடை, தாவணி, பாவாடை எனப் பலரும் அவர்களுக்குத் தேவையானதைப் பொறுக்க, பானு நைட்டியை எடுத்து விரித்து, தன் மீது போர்த்திப் பார்ப்பாள். அந்தத் தெருவில் சுகந்தி என்றொரு சிறுமி இருந்தாள். அவள் உள்ளங்கை அளவு கண்ணாடியை எடுத்து பானுமதிக்குக் காட்டுவாள். நைட்டியை நெஞ்சோடு போர்த்துக்கொண்டு அந்தக் கண்ணாடியின் வழியே தன் அழகிற்குப் பதிலாக நைட்டியின் அழகைப் பார்த்து ரசிப்பாள். நைட்டியின் அழகு அவளைக் கூட்டிப் பெருக்கிக் காட்டும்.

வட்டக்கழுத்து, பட்டிக்கழுத்து, வில் கழுத்து, ப கழுத்து, என எல்லா வகை நைட்டிகளும் அவளிடம் இருந்தன. நெஞ்சிடத்தில் விதவிதமான தையல் வேலைப்பாடுகளை அவள் பெரிதும் விரும்புகிறவளாக இருந்தாள். அவளது வீட்டில் ஒன்றுக்கு இரண்டு மாடுகள் இருந்தன. மாட்டின் கழுத்துத் தாடையைத் தடவிக் கொடுப்பதைப் போலதான் நைட்டியின் நெஞ்சிடத்து அலங்காரத்தை அவள் தடவிக்கொண்டும் நீவிக்கொண்டும் இருப்பாள். அவள் யாரிடம் பேசினாலும் அவளது உள்ளங்கை நைட்டியின் நெஞ்சிடத்து அலங்காரத்தை மேல்நோக்கி நீவிவிட்டபடியே இருக்கும். இது அவளுக்கே உரித்தான ஒரு பழக்கமாகி, பிறகு அவளுக்கான தனித்துவம் ஆனது.

பத்தாம் வகுப்போடு படிப்பை நிறுத்திக்கொண்டாள் பானு. அவளுக்குப் பின்னே பிறந்த இரண்டு தம்பிகளைப் படிக்கவைக்க இவள் படிப்பை அப்படியாக நிறுத்தவேண்டியிருந்தது. படிப்பை இந்தளவில் நிறுத்தியது வீட்டு வேலைகள் பார்க்கத்தான், என்று பானு முதலில் நினைத்தாள். ஒரு நாள் அவளை அழைத்துப்போய் அவளது அப்பா ஜெராக்ஸ் கடையில் வேலைக்குச் சேர்த்துவிடுகையில்தான் அவளுக்குத் தெரிய வந்தது, படிப்பின் இடை நிறுத்தலுக்கான காரணம்.

ஜெராக்ஸ் கடையில் அவளுக்கு அவ்வளவாக வேலை இல்லை. அக்கடை, கடைக்காரரின் சொந்தக் கட்டடம் என்பதால் வாடகை மீதோ, ஒரு நாள் வருமானம் மீதோ அவர் கவலை இல்லாமல் இருந்தார். ஒரு நாளைக்கு பத்துப் பேர் என்கிற அளவில் அக்கடைக்கு வாடிக்கையாளர்கள் வந்துசெல்வதாக இருந்தார்கள்.

அந்த ஜெராக்ஸ் கடைக்கு நேர் எதிர்ப்புறம் ஒரு ஜவுளிக்கடை இருந்தது. அக்கடையின் வெளியில் ஒரு பொம்மை சேலை உடுத்தி நிற்க வைக்கப்பட்டிருந்தது. நைட்டிகள் தோரணம் போல தொங்கிக் கிடந்தன. அதையே பார்த்தபடி இருந்தாள் பானு. தொங்கும் நைட்டியை ஒவ்வொன்றாக எடுத்து மனக்கண் வழியே உடுத்திக் கொள்வாள். அவள் கடையில் வேலை பார்த்த ஒரு மாத காலத்தில் எப்பொழுதெல்லாம் ஜெராக்ஸ் எடுக்க வாடிக்கையாளர்கள் வருவார்கள், எப்பொழுது கடை வெறிச்சோடும் என்பதை அவள் ஓரளவு கணித்திருந்தாள். மற்ற நேரங்களில் அவள் கடையைத் திறந்து வைத்துவிட்டு, அவளது கடைக்கும் எதிர்ப்புறமிருந்த அந்த ஜவுளிக் கடைக்கு ஓடிப்போய், அங்கு வேலை பார்க்கும் அவள் வயதையொத்த பெண்களுடன் கதை பேசுகிறவளாக இருந்தாள். கடையிலிருக்கும் நைட்டியை எடுத்துக் காட்டச்சொல்லி, அவளுக்குப் பிடித்த நைட்டியை உடுத்திக்கொண்டு அவளது உயர கண்ணாடியில் பார்த்து ரசிக்கவும் பூரிக்கவும் செய்வாள்.

ஒரு நாள் அப்படியாக நைட்டியை உடுத்திப் பார்க்கையில் கடைக்குக் கடையின் உரிமையாளர் வந்துநின்றதும் பானு என உரக்க அழைத்ததும் கேட்டது. நைட்டியை வேகமாகக் கழட்டப் பார்த்தாள். அவளது வேகத்திற்கு நைட்டி உடம்பிலிருந்து அவிழ மறுத்தது. கைகளை உதறிக்கொண்டு நைட்டியோடு அவளது கடைக்கு ஓடினாள்.

கடையின் உரிமையாளர் பானுவை மேலும் கீழும் பார்த்தார். அவள் உடுத்தி நின்ற நைட்டி அவரது கண்களை உறுத்தியது. “நைட்டியோடதான் கடைக்கு வந்தீயா?” கடைக்காரரின் கேள்வியில் கோபத்தின் நெடி தூக்கலாக இருந்தது.

"இல்ல சார், அந்தக் கடையில இப்ப எடுத்தது. கலட்டிருறேன்" என்றவள் குனிந்து நைட்டியைக் கீழிருந்து மேல் நோக்கி தூக்கினாள்.

கடைக்காரரின் கோபம் இரட்டிப்பானது. "இந்தாம்மா, என்ன வேலை செய்றே. ஒனக்கு அறிவுகிறிவு இருக்கா, இல்லையா?"

"உள்ளே தாவணி உடுத்திருக்கேன் சார்."

"அதுக்கு இப்படித்தான் எல்லாரும் பார்க்க நைட்டியை உருவுவியா?"

பானுவுக்கு அழுகை வந்தது. ஒரு முறை அவளைக் கோபத்தோடு வெறிக்கப் பார்த்த கடைக்காரர், கடையின் கதவை இழுத்துப் பூட்டினார். கடையின் தூசி அவளது முகத்தில் அறைந்தது.

"இனி நீ கடைக்கு வரவேணாம்" என்றவர் சட்டைப் பைக்குள் கையை விட்டு, ஐநூறு ரூபாய்த் தாளைக்கொடுத்து, "நீ கிளம்பு" என்றார்.

பானு கண்களைக் கசக்கிக்கொண்டு நின்றாள். கடைக்காரர் அதற்கும் மேல் அந்த இடத்தில் நின்றிருக்கவில்லை. அவரது வாகனத்தை எடுத்துக்கொண்டு அங்கேயிருந்து கிளம்பினார். இப்படியே வீட்டுக்குப் பேருந்து ஏறிவிடலாமென நினைத்தாள், பானு. ஜவுளிக்கடை பெண்கள் வாசலில் நின்றபடி அவளைப் பார்த்து நின்றது தெரிந்தது. கண்களைத் துடைத்துக்கொண்ட அவள், எதிர்புறமிருந்த ஜவுளிக் கடைக்கு நடந்தாள்.

"என்னாச்சு கடைக்கு உன்னெ வர வேண்டாமுனுட்டாரா?"

அவள் கண்களைக் கசக்கினாள்.

"இந்தக் கடையிலே வேலைக்குச் சேர்ந்துக்கிறியா?"

பானு இந்தக் கேள்விகளைச் சற்றும் எதிர்பார்க்கவில்லை.

"இம்... எனத் தலையாட்டியவள், நைட்டியோட வேலைக்கு வரலாமா?" கேட்டாள். கடையில் வேலை பார்த்த அத்தனை பெண்களும் அவளைப் புதிர்போல பார்த்தார்கள். பிறகு ஒன்றுபோலச் சிரித்தார்கள். எதற்குச் சிரிக்கிறார்கள், எனச் சற்றுநேரம் திகைத்து நின்ற பானு, பிறகு அவர்களுடன் சேர்ந்து இவளும் சிரித்தாள்.

"நைட்டி ராத்திரி போட்டுக்கிற ட்ரெஸ்."

"நான் பகல்லயும் இதைத்தான் போட்டுக்குவேன்."

“பகல்ல போட்டுக்கலாம். அதுக்காக இதைப் போட்டுக்கிட்டு கடை வேலைக்கு வரக் கூடாது.”

“வந்தா என்னவாம்?”

“இப்ப அதுதானே நடந்துச்சு.”

பானு, அவளிடமிருந்த ஐநூறு ரூபாய் தாளை நீட்டி, “இந்த நைட்டிக்கு எடுத்துக்கோங்க” என்றாள்.

நைட்டிக்கு நூறு ரூபாய் எடுத்துக்கொண்டு, மீதத்தை அவளது கையில் கொடுத்தார்கள்.

“நைட்டியைக் கழட்டிக்கொடு. மடிச்சுத் தாறேன்” என்றார் கல்லாப்பெட்டியில் அமர்ந்திருந்தவர்.

“வேணாம். போட்டுக்கிறேன்” என்ற பானு இமைகளை அத்தனை வேகமாக அடித்துக்கொண்டு மனதிற்குள் பூசித்தாள்.

“நைட்டியைப் போட்டுக்கிட்டு போனா பஸ்காரங்க ஏத்த மாட்டாங்க” கடைப் பெண்கள் சொன்னது அவளது நினைவுக்கு வந்தது. அவள் நடந்தே வீட்டுக்குப் போக நினைத்தாள். நடந்து போகக்கூடிய தூரம்தான் அவளது வீடு. நைட்டியோடு நடந்தாள். அவளோடு சேர்ந்து நைட்டியும் நடந்தது.

அவளது திருமண நாளன்று, பெண் தோழியாக நின்ற அவளது அத்தை மகளிடம் கேட்டாள், “புதுப்பெண்ணு நைட்டில தாலி கட்டிக்கலாமா?” என்று. தோழி அவளது தலையில் செல்லமாக ஒரு குட்டு வைத்து, “உனக்கு மொதப் புருசன் இந்த நைட்டிதான்டி” என்றவள், அவளது காதிற்குள் அவளுக்கு மட்டும் கேட்கும்படியாக, “மொத ராத்திரிக்கு நைட்டி சரியான உடுப்படி...” என்றாள். பானு வெட்கத்தில் முகம் சிவந்தாள்.

புகுந்த வீட்டுக்குச் சீதனமாக அவள் கொண்டு வந்த பொருட்களில் நைட்டியை உயர்வாக நினைத்தாள். அவள் வாக்கப்பட்டு வந்த கிராமத்தில் நைட்டியை யாரும் அவ்வளவாக உடுத்திருக்கவில்லை. எல்லாருடைய பார்வையையும் தன் பக்கமாகத் திருப்ப இந்த நைட்டி போதும், என்று நினைத்தாள். அவள் நினைத்ததைப் போல நைட்டியை அவளால் புகுந்த வீட்டில் உடுத்த முடியவில்லை என்பதை நினைக்கையில் தன் மீதும் இந்த நைட்டி மீதும் பொறாமை கொண்ட யாரோ செய்வினை செய்துவிட்டதாக நினைத்து மனதிற்குள் பொங்கி, தாழ்ந்தாள்.

நைட்டி அவளது வீட்டுக்காரர் ராஜாங்கத்திற்கு மட்டுமல்ல, அவளது மாமியாருக்கும்கூட பிடிக்காத ஆடையாகவே இருந்தது. நைட்டி குறித்து அவள் நவநாகரிக ஆடையில் ஒன்றென்றோ பெண்களுக்கு ஏற்ற உடையென்றோ விவாதம் செய்ய விரும்பவில்லை. கணவனுக்குப் பிடிக்காத ஒன்றை நான் ஏன் உடுத்த வேண்டும் என்கிற தன்மையோடு அவள் அந்த ஆடையைத் தலை மூழ்கியிருந்தாள்.

ராஜாங்கம் அவளைப் பெண் பார்க்கச் செல்கையில் அவள் நைட்டியோடு இருந்ததையும் நைட்டியோடு தண்ணீர், டீ கொண்டு வந்து கொடுத்ததையும் அவ்வப்போது நினைத்துப் பார்த்துக்கொள்வாள். அப்போது, அவரிடம் கல்யாணத்திற்குப் பிறகு நான் நைட்டிதான் உடுத்துவேனென நிபந்தனை விதித்திருக்கலாமோ, என மனதிற்குள் அசைபோட்டுக்கொள்வாள்.

இது நடந்து எத்தனையோ ஆண்டுகளாகிவிட்டன. இப்போது அவளுக்கு ஒரு மகன், மகள். மகன் கல்லூரியிலும் மகள் பள்ளியிலும் படிக்கிறார்கள். மகள் பள்ளி முடித்து வீடு வந்ததும் அவள் தேடும் ஆடை நைட்டியாக இருப்பதைப் பார்க்கையில் பானுவுக்கு அவளது பள்ளிக் கால நினைவுகள் நினைவிலாடும். மகள் உடுத்தும் விதமான நைட்டிகளைப் பார்க்கையில் பானுவுக்குள் நைட்டி என்கிற விதை மனத்தரையில் விழுந்து முளைக்கத் தொடங்கியது.

தீபாவளிப் பண்டிகை வந்தது. புத்தாடை எடுக்கச் செல்கையில் அவளுக்குப் பிடித்தமான ரகத்தில் நைட்டிகள் எடுத்துக்கொண்ட மகள், அதே ரகத்தில் அம்மாவுக்கும் எடுத்தாள்.

நைட்டிகளைப் பார்த்த ராஜாங்கம், நைட்டியை நைட்டுதான் உடுத்திக்கணும். மனைவிக்கு மட்டும் விசேசமாக உத்தரவிட்டார். முதலில் அப்படியாக உடுத்தியவள் பிறகு முழு நேர உடையானது.

கொஞ்ச நாட்களுக்கு முன்பு அவளுக்கு புதியதொரு ஆசை துளிர்விட்டது. இனி எடுக்கும் நைட்டிகள் பாக்கெட் வைத்த நைட்டிகளாக எடுக்க வேண்டுமென்று. அப்படியாக அவள் நினைப்பதற்கு ஒரு காரணம் இருந்தது. அது செல்போன்.

செல்போனும் தொட்டில் குழந்தையும் ஒன்று. எப்பொழுது விழிக்கும், எப்பொழுது அழும் என்று தெரியாததாக இருந்தது. சமையற்கட்டில் சமைக்கும்போது படுக்கையறையில் செல்போன் ரீங்கரிக்கும். சமையலறையில் செல்போனை வைத்துக்கொண்டு வாசலுக்குச் சென்றால் சமையற்கட்டில் குக்கர் சத்தத்தோடு சேர்ந்து

விசிலடிக்கும். வீட்டில் அவளுக்கென்று ஒரு செல்போன் இருந்ததே தவிர அவுட்கோயிங் எல்லா நாளும் இருப்பதில்லை. ரீங்காரமிடுகையில் செல்போனை எடுத்து பேசிவிட வேண்டும். இல்லையேல் மறு அழைப்பு வரும் வரைக்கும் கையிலேயே வைத்திருக்க வேண்டிவரும். இதற்காகத்தான் அவள் பாக்கெட் வைத்த நைட்டியாக எடுத்துக் கொள்ள நினைத்தாள்.

ஒரு நாள் கடைக்குச் சென்ற பானு, ஒரு பாக்கெட் வைத்த நைட்டியை எடுத்துவந்தாள். அதை உடுத்திப் பார்க்கவேண்டிய மகிழ்ச்சியில் தவழ்ந்தாள். கணவரே பணம் கொடுத்து பாக்கெட் வைத்த நைட்டிகளாக வாங்கிக்கொள்ளச் சொன்னதை நினைத்து அவளால் வியக்காமல் இருக்க முடியவில்லை. அவள் ஆசைப்பட்டு வாங்கிய நைட்டியை மறுநாள் காலையில் குளித்து உடுத்திக்கொண்டு கண்ணாடியின் முன்பு நின்று தன்னோடு சேர்த்து நைட்டியையும் ரசித்தாள்.

மகன் கல்லூரிக்கு வேகமாகக் கிளம்பிக்கொண்டிருந்தான். மகளும்கூடதான். ராஜாங்கம் ஒரு தனியார் கம்பெனியில் வேலை பார்க்கிறவர். அவர் கிளம்பி காலை சிற்றுண்டிக்காகக் காத்திருந்தார். மூன்று பேருக்கும் காலை உணவு செய்துகொடுத்தாகவேண்டிய அவசரகதியில் பானு இருந்தாள்.

"அம்மா, லேட்டாச்சு" குரல் கொடுத்தான் மகன்.

"எனக்கும்மா" கூடவே கூவினாள் மகள்.

"இன்னும் என்ன பானு செய்றே?" மிரட்டல் சத்தமாகக் கொடுத்தார் ராஜாங்கம்.

பானு சமையல் அறைக்குள் நுழைந்துவிட்டால் அவளுக்கு நூறு கைகள் முளைத்துக்கொள்ளும். சற்றே நேரத்திற்குள் சமையல் முடித்து, இட்லி, காரச் சட்டினி, தேங்காய் சட்டினி, சாம்பார்களை வரிசையாக அடுக்கிவிடுவாள்.

இப்போது அவளது கவனம் சமையல் மீது இல்லை. உடுத்தி யிருக்கும் புதிய நைட்டி மீதும் அதிலுள்ள பாக்கெட் மீதும் இருந்தது.

அவளது செல்போனை அவசரமாகத் தேடினாள். ஒரு கையை நைட்டி பாக்கெட்டிற்குள் திணித்துக்கொண்டு மறுகையால் செல்போனைத் தேடினாள். அவள் தேடும் அவசரத்திற்கு அவளது செல்போன் கிடைத்திடவில்லை.

“அம்மா டிபன் ரெடியா?” மகள் குரல் கொடுத்தாள்.

“இதோ வந்திட்டேன்டிம்மா” என்றவளாய் சமையற்கட்டுக்குள் ஓடிய பானு, இட்லி ஊற்றுவதில், சட்டினி தயாரிப்பதில் மும்முரம் காட்டினாள். அவளது நினைப்பெல்லாம் அவளது செல்போன் மீதே இருந்தது. இந்நேரத்தில் என் செல்போனுக்கு ஒரு அழைப்பு வந்தால் நல்லாருக்குமே, எடுத்து பேசிவிட்டு, அதைப் பாக்கெட்டுக்குள் வைத்துக்கொள்ளலாமே, என நினைத்தாள். அவளது இரு காதுகளும் அலைபேசியின் ரீங்கார ஒலியை எதிர்நோக்கி இருந்தன.

மகளை அழைத்தாள் பானு, “என்னோட போனைக் காணோம். மிஸ்டு கால் கொடடி” என்றாள். மகள் அத்தனை வேகமாக கிளம்பிக் கொண்டு, அப்பாவின் செல்போனை வாங்கி அம்மாவின் செல்போனுக்குக் கால் பண்ணினாள். தொடர்புகொள்ளும் வாடிக்கையாளர் ரீச்சார்ஜ் செய்யாததால் இன்கம்மிங் ரத்து செய்யப்பட்டுள்ளது எனச் சொன்னதை அம்மாவிடம் உரக்கச் சொன்னாள்.

பானுக்கு ‘ச்சீ’ என இருந்தது. அவளது கவனமெல்லாம் செல்போன் மீதே இருந்தது. அந்தக் கவனத்தினூடே காலைச் சமையலை முடித்து அவர்கள் முன் இட்டலி, சாம்பார், சட்டினி வைத்தவள், ஒரு கையை நைட்டி பாக்கெட்டுக்குள் விட்டுக்கொண்டு செல்போனைத் தேடலானாள்.

மகன் சத்தம் கொடுத்தான். “எங்கேம்மா சட்டினி சாம்பாருக்குக் கரண்டி?”

அவள் செல்போனைத் தேடிக்கொண்டிருந்த நினைப்பில், அதைத்தான் தேடிக்கிட்டிருக்கேன் காணோம், என்றாள். சற்றுநேரம் தேடிய பிறகுதான் அவளுக்கு நினைவு வந்தது. சட்டினி, சாம்பார் பாத்திரத்தில் கரண்டிகள் போடாதது. அவள் வேகமாக சமையற் கட்டுக்கு ஓடிவந்தாள். மகன் கையில் கரண்டிகளோடு நின்றான். “கரண்டி இங்கேருக்கு. நீ எங்கேம்மா தேடுற?” என்றவன், சாம்பாருக்கு ஒன்று சட்னிக்கு ஒன்றென இரண்டு கரண்டிகளை எடுத்துக் கொண்டவன், மீதம் அவன் கையிலிருந்த ஒரு கரண்டியை அவளது நைட்டி பாக்கெட்டிற்குள் திணித்தான்.

பானுவின் கண்கள் பொங்கத் தொடங்கின.

பெருந்திணை

அம்மாவைப் பார்க்கணுமெனக் குணவதிக்குத் தோன்றியதைப் போலதான் சின்னத்தாளுக்கும் தோன்றியது. மகளைப் பார்க்க மனசு ஏங்கினாலும் கண்கள் தூசி கிடந்து உறுத்துவதைப் போல கடுத்தன. மகளை நினைத்து அழுததில் கண்ணீர் உப்பளம் கட்டி இமைகளின் விளிம்பை அரித்தது.

காக்கைக்குத் தன் குஞ்சு பொன் குஞ்சாக இருக்க வேண்டியவள், காக்கைக் கூட்டில் பிறந்து, வளர்ந்ததும் பிரிந்துவிடும் குயில் குஞ்சாக ஆகிவிட்டிருந்தாள். காக்கையைப் போல நானும் ஏமாந்துவிட்டேன் தானோ, என்பதை நினைத்து சின்னத்தாள் நெஞ்சு புழுங்கினாள்.

ஊரார்கள் வேடிக்கையாகச் சொன்னதைப்போல அவள் என் மகள் இல்லைதானோ? நான் பிரசவித்து மயக்கத்திலிருக்கையில் குழந்தையை யாரும் மாற்றிவிட்டார்களோ, என அவளால் நினைக்காமல் இருக்க முடியவில்லை.

அவள் வயிற்றில் பிறந்த மூன்று மகள்களில் கடைசி மகள் குணவதி ஐமுக விளக்காக வளர்ந்தவள். இவளது அழகும் சிரிப்பும் கோபுர வாசலுக்கு ஏற்றதென அண்டை, அயல்வாசிகள் சொல்வதாக இருந்தார்கள். “இவ நம்ம குடும்பத்தில பொறந்திருக்கக் கூடாதடி. வசதி படைத்தவர் வீட்டில் பேரப்பிள்ளையாக இருக்கவேண்டியவள்” எனத் தன் கணவர் உயிரோடிருக்கையில் பல முறை சொல்லி சின்னத்தாள் கேட்டிருக்கிறாள். “உனக்கும் எனக்கும் பிறந்தவ இல்லடி இவ. யார் குழந்தெயையோ நீ மாத்தித் தூக்கிட்டு வந்திட்ட” என்றும் கூட அவர் சொல்லியிருக்கிறார். அவர் என்ன சொல்வது! அவள் என் மகள்தான். என் வயிற்றில் பிறந்தவள்தான். சேற்றில் செந்தாமரை முளைப்பதில்லையா, அப்படித்தான் இவள் என்று சொல்லி தன்னை அவள் தேற்றியிருக்கிறாள்.

மூத்த இரண்டு மகள்களைப் போல குணவதியை அவள் ஏனோதானோவென்று வளர்க்கவில்லை. புளியைக் கரைத்து ரசம் வைத்தால் அவளுக்கென்று தனிக் கிண்ணத்தில் எடுத்துப் பரிமாறும் அளவிற்கு செல்லத்தவளாக வளர்த்தாள். “இவளுக்கு மட்டுமென்ன செருவாடு வேண்டிக்கிடக்கு” என மற்ற இரு மகள்கள் கோபித்துக்

கொள்ளவும் கோவப்படவும் செய்தார்கள். "அடியே, அவ பொறந்துதான்டி வீடு வெளிச்சம் காட்டுது. வீட்டுக்கு லெட்சணம் கூடியிருக்கு" என்று சொல்லி மகள்களது வாயை அடைப்பாள்.

குணவதியை அவள் பிள்ளைகுட்டியைப்போல வளர்க்கவில்லை. மான் குட்டியைப் போலத்தான் தாங்கினாள். அவள் தாங்கிய தாங்கலுக்கு அவள் சம்பாதித்துக் கொடுத்த பெயர், ஊர் கைகொட்டி சிரிக்கும் அவப்பெயராகவே இருந்தது. இதை நினைக்கையில் அவளது தலைக்குள் கோபம் வெடித்து, கிறுகிறுத்தது. பத்து மாதங்கள் சுமந்து பெற்றதை, வளர்த்ததை, படிக்கவைத்ததை அறவே மறந்துவிட்டு தலைப்பிரட்டை வால் இழந்ததும் தவளையாகத் தத்தித் தாவும் இரண்டாம் வாழ்வியாகவே குணவதியை நினைத்தாள்.

மூத்த இரு மகள்களைப்போல நல்ல பெயரோடு அவளைப் பிடித்துக் கொடுக்க, தலையாலே தண்ணீர் குடித்தாள். காமாசோமாவென்றாவது கல்யாணத்தை முடிக்க வேண்டுமெனத் துடித்தாள். "நான் படிச்சிருக்கேன். என் வாழ்க்கய எனக்கு அமைச்சிக்கிற தெரியும். நீ விரல் நீட்டுற எடத்தில என்னால தலை நீட்ட முடியாது. எனக்குனு கனவு இருக்கு. அந்தக் கனவுப்படிதே என் வாழ்க்கய நான் அமைச்சுக்குவேன்" என மண்டிக்கணக்கில் பேசினாள் குணவதி.

கல்லூரியை சரியாகப் படிப்பாளென்று, மேற்படிப்புக்கு அனுப்பி வைத்தது தவறென்று சின்னத்தாளால் நினைக்காமல் இருக்க முடியவில்லை. அவள் கல்லூரிப் படிப்போடு காதலையும் சேர்த்துப் படிக்கச் செய்தாள். தன்னைவிட இரண்டு வயது இளையவனை இழுத்துக்கொண்டு ஓடுவாளென்று சின்னத்தாள் சற்றும் எதிர்பார்த்திருக்க வில்லை. தாய்ப்பேச்சை மீறித்தான் தனக்கான இணையை அவள் தேடியிருந்தாள்.

அவளுடன் ஓடியவன், பெருந்தனக் குடும்பத்தவனாக இருந்தான். அண்டை ஊர். பெருந்தலைக்கட்டு. பத்து வேலி நிலத்திற்குள் பேரடுக்கு வீடு அவனுடையது. வீட்டின் மேல் மாடியிலிருந்து பார்த்தால் தெரியும் படியான பரந்துவிரிந்த பெருவேலி நிலம். தென்னையும் தேக்கும் ஏக்கர் கணக்கில் வளர்ந்து வானத்தை ஒட்டடையடித்துக்கொண்டிருந்தன. தோட்டத்தில் பயிர்களை அழிச்சாட்டியம் செய்யும் எலிகளை உணவில் விஷம் வைத்துக் கொன்று, தெருவில் தூக்கியெறியும் இரக்கமற்ற குடும்பம்.

அவள் படிக்கிற கல்லூரியில்தான் குணாவும் படித்தான். அவனது பெயர் குணாளன் என்றாலும் ஊரார் அழைப்பது குணா என்றுதான். குடும்பத்திற்கு ஒரே பையன். செல்லப்பிள்ளையாக வேறு இருந்தான்.

குணவதி, யாரையும் ஒருமையில் பேசி அவளது தலைக்கனத்தைக் காட்டிக்கொள்கிறவளாக வளர்ந்திருந்தாள். அத்தகையவள், ஒருவனை மட்டும் அவர், இவர் என்று மரியாதையாக விளித்துப்பேசியது சின்னத்தாளுக்கு வியப்பாகவே இருந்தது. "யாரடி அவன், அவர் இவருனு மூச்சுக்கு முந்நூறு தடவ சொல்றீயே?" எனக் கேட்டாள் சின்னத்தாள். "அவர்தான்ம்மா குணா" என்றாள். அவளது பதிலில் ஒரு நளினத்தனமும் வெட்கமும் தொடுக்கி இருந்தன.

"குணான்னா யாரடி?"

"குணாளன்"

இதை அவள் சொல்லும் நேரம் பார்த்து, ஊர்ப்பெண்கள் அவளது வாசலில் நடந்து செல்வதாக இருந்தார்கள். அவர்களுக்காக ஒன்றும் பேசாமல் சற்றுநேரம் வாயடைத்து இருந்தவள், அவர்களின் தலை தூரத்தில் மறைந்ததும், "யாரடி பெருந்தனக்காரர் மவனயா சொல்றே?" எனக் கேட்டாள்.

"ஆமாம்" என்றாள் குணவதி. இதைச் சொல்கையில் அவளது முகம் பூரித்து மலரச் செய்தது.

"அடி, அவன் ஒன்ன விட சின்னவன்டி."

"அதனாலென்னம்மா. என்னை அவருக்கு ரொம்பவே பிடிக்கும்..." என்றவள், சற்று நேரம் தாயின் முகத்தைப் பார்த்தபடி நின்றாள். "உனக்கு?" எனத் தாய் கேட்பாளென எதிர்பார்த்திருந்தாள். அவள் கேட்காததால் கேட்டதாக நினைத்துக்கொண்டு "எனக்கும் பிடிக்கும்" எனச் சொல்லி உள்ளுக்குள் பூரித்தாள்.

வாசலைப் பெருக்கிக்கொண்டிருந்த சின்னத்தாள், கையில் தூர்வையோடு அவளை நோக்கி வந்தாள். "என்னடி சொன்னே, உனக்கும் பிடிக்குமா... என்னெ யார்னு நெனச்சே? அறுத்துக் கோத்துப்புடுவேன் கோத்து" அவளது நாசியும் வாயும் சொல்லும் கொல்லுமாக வெடித்தது.

தாயின் கோபத்திற்கு முன் குணவதி அம்சடங்கி நின்றாள். அதே நேரம், தன் காதலுக்காக நான் எதையும் செய்வேன் எனச் சொல்வதைப் போல அவளது நிற்றல் இருந்தது. அவள் படித்த உடற்கல்விக்கும்

அவளை விடவும் சின்னவனை இழுத்துக்கொண்டு ஓடிவிட்டாள் என்கிற ஊர்ச்சொல்லுக்கும் பொருத்தமிருந்தது.

ஊர் அதைமட்டுமா சொல்லியது? அவன் முடியாதென சொல்லிருப்பான். இவள் தூக்கிக்கொண்டு ஓடியிருப்பாள். ஓட்டக்காரிக்குச் சொல்லவா வேணும்? அப்படி ஓடத்தானே அவள் தாய் அவள வெளையாட்டுக் கல்லூரியில சேர்த்துவிட்டாள். தாய்க்குத் தெரியாமலா அவள் ஓடியிருப்பாள்? இப்படியெல்லாம் ஊர்வாய் எலும்புக்கடியாய் கடித்துப் பேசியதை நினைக்கையில் தொண்டையும் நெஞ்சும் பித்தமாகக் கசந்தன.

குணவதி பிறந்த வீட்டுக்கும், அவள் வாக்கப்பட்டு போன வீட்டுக்கும் ஏணி வைத்தாலும் எட்டாது. இவள் குடிசைவாசி. அவன் பெருவீட்டுக்காரன். சாதியில் வேறு ஏற்றத்தாழ்வுகள் இருந்தன. இவள் குழிப்பணியாரம் என்றால் அவன் உசந்த கைப்பணியாரம். எலிக்கும் புலிக்கும் சரியாகுமா? அந்த வீட்டுக்குத்தான் குணவதி அம்மி மிதிக்க, படி அளக்க, விளக்கேற்ற மருமகளாகியிருந்தாள்.

“அடியே கொன்று போட்டுறுவான்க” பஞ்சடிபதவடியாய் தவித்துச் சொன்னாள், சின்னத்தாள். “அப்படி நான் செத்தா அவர் மடியிலே செத்துக்கிறேன்” எனப் பதிலுக்குப் பதில் பதிலடி கொடுத்தாள் குணவதி. சொன்னவள் வாயிலேயே அடித்தாள், சின்னத்தாள். அவ்வளவு அடியையும் வாங்கிக்கொண்டு அவள் பொதி மூட்டையைப் போல உட்கார்ந்திருந்தாள்.

குழந்தைப் பருவம் தொட்டே நன்றாக ஓடக்கூடியவள், குணவதி. வேகமாக ஓடுவதைப்போல பேசவும் செய்கிறவள். கொல்லைக் காடுகளில் ஆடு, மாடுகள் மேய்ந்தால் வேட்டை நாயைப்போல ஓடி விரட்டி அடிக்கிறவள், பெரிய மனுஷியாட்டம் வாய்க்கு வந்ததைப் பேசி சண்டைக்கும் நிற்பாள். அவளது அழகுக்கும் முகக்களைக்கும் அவள் பேசும் பேச்சு சற்றும் பொருத்தமில்லாதிருந்தது. இவள் பிள்ளைப் பருவமாக இருக்கையில் யாரும் அவளை அடித்துவிட்டு ஓடிவிட முடியாது. விரட்டிப்பிடித்து பதிலுக்குப் பதில் அடி கொடுத்தவள். இந்த ஓட்டம் அவளுக்கு அவளே தேடிக்கொள்ளும் வரனுக்கும் உதவுமென்று அவளேகூட எதிர்பார்த்திருக்க மாட்டாள்.

குணவதி குறித்த நினைவு வரும்பொழுதெல்லாம் உள்ளுக்குள், “ஓடுகாலி முண்ட” எனத் திட்டுவதாக இருந்தாள். பொழுது விடிந்தால், இருட்டினால் “விட்டிரடி, வேண்டாமடி, நமக்கும் அவங்களுக்கும்

ஆவாது. அவங்க வேற நாம வேற...'' எனப் படிப்படியாய் படித்துச் சொன்னதெல்லாம் விழலுக்கு இறைத்த நீராகியிருந்தது.

மாடு, கட்டுத்தறிலே தங்கலைன்னா, மூக்கக் குத்திப்புடணும், இல்ல வித்துப்புடணும், என ஊரார்கள் சாடை மாடையாகப் பேசியதை வைத்து, அவளை அண்ணன் மகனுக்குக் கட்டிக்கொடுக்க நினைத்தாள். பிறகு என்ன நினைத்தாளோ, இன்னும் ஒரு வருடம் படிக்கட்டுமே பிறகு பார்க்கலாம் என காலத்தைத் தள்ளிப் போட்டாள். மகளின் போக்கு முன்னைவிடவும் பெரும்போக்காக மாறியிருந்தது.

அண்ணன் மகன் படிக்கவில்லையென்றாலும் உழுவ நிலமும் இரண்டு தலைமுறை இருந்து வாழ மனையும் இருந்தன. அண்ணன் வீட்டிற்குச் சொல்லாமல் கொள்ளாமல் சென்று முதல் ஆளாகப் பேச்சுக்கொடுத்தாள். குணவதியின் போக்கு தெரிந்திருந்தும் அவளை ஏற்றுக்கொள்ள அண்ணன் மகன் முன் வந்தான். இவள் வயதேதான் அவனுக்கும்.

நாளைக்கே வெற்றிலை பாக்கு மாத்தியாகணும். கோயில்ல வச்சி முடிச்சிக்கலாம். ஜாதகம் பார்க்க வேண்டாம், பொருத்தம் பார்க்க வேண்டாம், என் மகள் இந்த வீட்டில்தான் விளக்கு ஏத்தணும்... எனச் சொல்ல வந்ததை அத்தனை அவசரமாகச் சொல்லி முடித்தாள் சின்னத்தாள். அண்ணனும் மகனும் சம்மதம் என்றார்கள். அண்ணன் மனைவி, கால் வைப்பதற்கு முன்னதாக ஆழம் பார்த்துவிட நினைத்தாள்.

"என்னஙகண்ணி தயக்கம்?'' கேட்டாள் சின்னத்தாள்.

"நேர்ல வந்து ஓ மகக்கிட்ட கேட்கேன். அவளுக்கு விருப்பமுனா ஏ மவனுக்கு ஏத்துக்கிறேன்.''

மறுநாளே நேரில் வந்து கேட்கவும் செய்தாள். நேரில் கேட்ட கேள்விக்கு குணவதி நேராகவே பதில் சொன்னாள். "நான் ஒருத்தரைக் காதலிக்கிறேன். என்னை விடவும் அவர் என்னை ரொம்ப விரும்புறார். அவர்கூட எங்கும் நான் சுத்திருக்கேன். என்னை அவர் கட்டிக்கிறதில் உறுதியா இருக்கார். அவருக்கு நான் துரோகம் செய்ய விரும்பல. அவர விடுத்து வேற யாரையும் நான் ஏத்துக்கப் போறதில்ல'' எனப் பதிலாகச் சொன்னாள்.

அண்ணியார் அதற்கும் மேல் ஒன்றும் பேசவில்லை. வீட்டை விட்டுக் கிளம்புகையில், கடைசியாக ஒரு முறை குணவதியைத்

திரும்பிப் பார்த்துவிட்டு சென்றாள். குணவதியின் முகமும் லெட்சணமும் அப்படியாகத் திரும்பிப் பார்க்கும்படியாக இருந்தன. ஊளைச்சதை இல்லாத தேகக்கட்டு. நாடியான உடம்பு. நடையில் தடகள வீராங்கனைக்குரிய நளினம் சேர்ந்திருந்தது.

அண்ணியார் பேசிச் சென்ற கையோடு வெளியூரில் திருமணம் செய்துகொடுத்திருந்த இரண்டு மகள்களையும் மருமகன்களோடு வரவைத்தாள். வந்தவர்கள் குணவதியிடம் மூச்சுக்கட்டி பேசினார்கள். பேசியவர்களின் தொண்டை கட்டிக்கொண்டதே தவிர, அதைக் கேட்டுக்கொண்டிருந்த குணவதியின் மனம் கட்டிக்கொள்ளவில்லை.

"யாரோ பெத்த பிள்ளைதானோ இவள். நான்தான் மாத்தித் தூக்கிட்டு வந்திட்டேனோ. என் மகளாக இருந்திருந்தால் நான் சொல்வதைக் கேட்டிருப்பாள்தானோ" என்பதாகச் சொல்லி நெஞ்சுக்குள் புழுங்கினாள்.

அண்ணியார் உதறிவிட்டுச் சென்ற உறவை அண்ணன் அதிகாலையில் வீடு தேடி வந்து, திண்ணையில் அமர்ந்து பேசிப் பார்த்தார். குடும்பச்சூழல், ஊர்நடப்பு, சாதி சமூகம்... எனப் பேசிய மாமன் பேச்சுக்கு, ம்... கொட்டியபடி இருந்தவள், "ஏ மவன கட்டிக்க" என்றதும் எச்சிலை விழுங்கியவளாய் வெட்டவெளியைப் பார்த்தாள்.

மவுனம் சம்மதத்திற்கு அறிகுறி, என்பதாக எடுத்துக்கொண்ட மாமன், கல்யாண வேலையை அன்றைய தினமே தொடங்கினார். "நாளையே ஊரைக்கூட்டி வெத்திலை பாக்கு மாத்திக்கொள்ளலாம்", என வாக்குக் கொடுத்துச் சென்றார். அன்றைய இரவே குணவதி, குணாவுடன் ஓடிவிட்டிருந்தாள்.

தன்னோடு சேர்த்துத் தன் அண்ணனையும் தலைகுனிய வைத்து விட்டதாக நெஞ்சுக்குள் பொங்கினாள், சின்னத்தாள். அவமானம் தாங்கமுடியாமல் நெஞ்சைப் பிடித்துக்கொண்டு மகளைத் தேடச் செய்தாள். "பாரு, குட்டிய ஓட்டிவிட்டுட்டு தேடவும் செய்றாள்" என ஊர்வாய் அவள் காதுபடவே நழுங்கிக் கொட்டியது. அச்சொற்கள் அவளுக்குள் நுழைகையில் செத்துவிடலாம் போலிருந்தது. அவள் ஓடிப்போன மூன்றாம் நாள், இருவரும் பதிவுத் திருமணம் செய்து கொண்ட விசயம் ஊர் வழியே அவளது காதை வந்தடைந்தது. தன் மகள் செத்துவிட்டதாகத் தலை மூழ்கினாள். என் வயிற்றில் அவள் பிறக்கவில்லையென நெஞ்சுரம் கொண்டாள்.

இருவரும் தலை மறைவாகி ஒரு மாதம் வெளியில் இருந்தார்கள். பிறகு தனக்கென்று வாயும் வயிறும் இருப்பதை உணர்ந்துகொண்டு,

ஊரையொட்டிய நகரத்தில் ஒரு வாடகை வீடு எடுத்துக்கொண்டு தங்கினார்கள்.

குணாவின் அப்பா, மகனைத் தனியே பிரித்துவிட மூச்சுக்கட்டி பேசினார். தனக்கும் தன் சாதிக்கும் இந்தக் கல்யாணம் ஆகாது, என்றார். குடும்பக் கவுரவம், சாதிக் கவுரவம் பற்றியெல்லாம் பேசி வார்த்தைகளை வாரியிறைத்தார். பாசக்கயிற்றை வீசி அவனை மட்டும் தனியே பிரித்துவிட முயற்சித்தார். குணா, குணவதியின் இறுகப் பிடித்த கையை விடுவதாக இல்லை. எனது உயிர் அவளுக்கானது. அவளில்லாமல் என்னால் எங்கேயும் வாழ முடியாது எனச் சொல்லித் திருப்பி அனுப்பினான்.

குணாவின் இந்தக் கல்யாணம் அவனது தாயைப் பெரிதும் முடக்கியிருந்தது. மனதால் வாடி உடலால் சொடுங்கியிருந்தாள். மகனையே நினைத்துப் புலம்பிக்கொண்டிருந்ததில், மாரடைப்பால் ஒரு நாள் இறந்துவிட்டிருந்தாள். அவள் இறப்புக்குக் காரணம் மகன் செய்துகொண்ட கல்யாணம் என்று ஊர்வாய் பேசித் திரிந்தது. அப்படியாகப் பேசியது குணவதியின் காதில் விழவும் செய்தது. இந்தப் பேச்சு சின்னத்தாளை ரொம்பவே முடக்கியது. அவள் கூட்டிக் கொண்டு ஓடியதைவிடவும் இந்தச் சொல்கேடு அவளது வைத்துக் கொண்டிருந்த உயிரை நெக்குற வைத்தது.

பெருந்தனக்காரரின் வீட்டில் நல்லது, கேட்டது என்றால் ஊரோடு ஊராகக் கலந்துகொள்கிற சின்னத்தாள், இந்த மரணத்திற்கு வீட்டிலிருந்தபடியே அழுது முடித்தாள். “ஓ சம்மந்தி இறந்துட்டாங் களாமே” எனத் தெருப்பெண்கள் குத்திக்காட்டி செய்தி சொல்லிச் சென்றார்கள். இது அவளுக்குப் பெருத்த அவமானமாக இருந்தது. தன் மகளால் இந்த மரணம் நிகழ்ந்துவிட்டதாக நெஞ்சுக்குள் கருகினாள். துக்கமும் அவமானமும் அவளது கிடக்கைக்குள் மூட்டம் கட்டின.

கட்டியவளோடு வருவதாக இருந்தால், என் மகன் வீட்டு வாசற்படியை மிதிக்கக் கூடாது, எனப் பெருந்தனக்காரர் சொல்லிக் கொண்டிருந்தார். மாமியாரின் துக்கத்திற்கு மகள் போவாளா, அவளது கணவன் அவளை அழைத்துக்கொண்டு போவாரா? சாதிசனம் அவளை வீட்டுக்குள் அனுமதிக்குமா, அவளை முன்னிட்டு கலகம் எதுவும் நடந்துவிடுமோ, எனப் பயங்கொண்டிருந்தாள் சின்னத்தாள். மகளை அவள் எப்படி ஒதுக்கினாலும் நினைவெல்லாம் அவள் மீதே இருந்தது. அவளை நினைக்கையில் வயிறும் நெஞ்சும் பஞ்சடி பதவடியாய்த் தவித்தது.

குணா, விடாப்பிடியாய் மனைவியை அழைத்துக்கொண்டு வீட்டுக்குச் சென்றான். துக்கம் விசாரிக்க வந்தவர்கள் கூடி நின்று குணவதியை வேடிக்கை பார்த்தார்கள். ஒரு காமாட்சி விளக்கு கை கால் வைத்து நடந்து வருவதைப் போலதான் அவளது நடை இருந்தது. துக்கத்திற்கென வந்திருந்தவர்கள் அவளது அழகில் மயங்கி, சொக்கிப்போய் நின்றார்கள்.

அவளை யாரும் வீட்டிற்குள் வா, என அழைக்கவில்லை. கண்ணீரும் கம்பலையுமாய் பந்தக்காலைப் பிடித்தபடி நின்றாள்.

மூன்றாம் நாள் சடங்கு முடிந்ததும் வாடகை வீட்டிற்குத் திரும்பினாள். மூன்று நாட்கள் அந்த வீட்டில் தங்கியிருக்கையில், அவள் நடத்தப்பட்ட விதம் அவளை அப்படியாகத் திரும்பவைத்தது.

குணாவின் அப்பா அவளை மருமகளாக ஏற்க முன்வரவில்லை. என்ன நடந்தாலும் சரி, சொந்த வீட்டில் இருந்தாக வேண்டும், என்கிற முடிவுக்கு வந்தான் குணா. அவளைக் கட்டாயப்படுத்தித் தன் வீட்டுக்கு அழைத்துச்சென்று குடி வைத்தான்.

குணவதி அந்த வீட்டில் கூலியில்லாத ஒரு வேலைக்காரியாக நடந்துகொண்டாள். குளியலறை, கழிப்பறையைக் கூட்டிக் கழுவுவது, வாசலைக் கூட்டுவது, பாத்திரங்களைத் தேய்ப்பது, துணிகளைத் துவைப்பது... அவள் செய்யும் வேலைகளாக இருந்தன. இப்படியாக்வே· அவளது நாட்கள் சென்றன.

குணாவின் அப்பா, அவளிடம் மெல்ல மனமிரங்கி வந்தார். அவரது நடத்தையிலும் நடவடிக்கையிலும் மாற்றம் இருந்தது. அவள் மீது பாசம் காட்டவும் இரக்கம் காட்டுவதுமாக மாறி வந்தார்.

இரவு படுக்கையில் குணவதி கணவனுடன் இதைச் சொல்லி முகம் மலர்ந்தாள். “உங்க அப்பா முன்னே மாதிரியில்ல. என் கூட நல்லாப் பேசுறார். பாசம் காட்டுறார். என் மீது அக்கறையா இருக்கார். சாப்பிட்டீயானு கேட்கிறார். வேற நல்ல சேலையா எடுத்துக் கட்டிக்கோனு சொல்றார்...” எனச் சொல்லி, கன்னத்தில் ஆனந்தக் கண்ணீர் வடிய முகம் பூரித்தாள். அவள் அப்படியாகச் சொன்னது, குணாவுக்குப் பிடிக்கவே செய்தது. மனைவியை இறுகக் கட்டியணைத்து முத்தம் கொடுத்தான். "இந்தச் சொத்தெல்லாம் அப்பா ஒற்றையாளாக சம்பாதிச்சது. அவர் யாரிடமும் மரியாதை எதிர்பார்க்கிறவர். அவர் நினைக்கிறபடி எல்லாம் நடக்க வேண்டுமென நினைப்பார். குடும்ப விசயம் எதுவும் வெளியே கசிந்துவிடக்கூடாது என்பதில் கறாராக

இருப்பார். அவருக்கு யாரையும் பிடிச்சிப்போச்சுனா அவருக்காக எதையும் செய்வார். அப்பாவை யாரும் புரிஞ்சிக்கிறது கஷ்டம். புரிஞ்சி நடந்துக்கிட்டா குழந்தையாக மாறிவிடுவார். அவர் மனசுல இன்னும் நீ எடம் பிடிக்கப் பாரு. அவர் மனம் நோகாதபடி நடந்துக்கோ..." எனச் சொன்ன குணா தினமும் படுக்கையின் போது இதைச் சொல்லி வந்தான்.

குளியலறை, கழிப்பறைகளைக் கழுவவும், துணிமணிகளைத் துவைக்கவும், பாத்திரங்களைத் தேய்த்து, வீடு வாசல்களைப் பெருக்குவதுமாக இருந்த குணவதி, சமையற்கட்டு வரைக்குமாக முன்னேறி இருந்தாள். அவளது சமையல் மாமனாருக்கு ரொம்பவே பிடித்துப் போயிருந்தது. அவளுடன் அதிகம் பேசிக்கொண்டிருப்பதை விரும்புவதாக இருந்தார்.

குணவதி குடும்பத்துடன் இரண்டறக் கலந்துவிட்ட செய்தி, ஊர்வாய் மூலமாக சின்னத்தாள் காதினை எட்டியிருந்தது. அதை நினைத்து அவள் பெருமகிழ்ச்சியில் ஆழ்ந்தாள். ஒரு நாள் மகளை வீடு தேடி பார்த்துவர நினைத்தாள். தான் அப்படியாகச் சென்றால் பெருந்தனக்காரரின் கவுரவத்தைப் பாதிக்குமோ, எனத் தயங்கவும் செய்தாள். வீட்டிற்குள் நடக்கும் எந்தவொரு செய்தியும் வெளியில் தெரியக்கூடாதென, கங்கணம் கட்டும் அவரது குணம் அவளுக்கும் தெரிந்தே இருந்தது. அதற்காக வீடு தேடி மகளைச் சந்திக்கும் முடிவை மாற்றிக்கொண்டாள். வெளியூரில் வைத்து மகளைச் சந்திச்சிக்கலாம் என்கிற முடிவுக்கு வந்தாள். மகள் கர்ப்பம் தரிக்கையில் அவளைச் சந்தித்திட வேண்டுமென மனதில் எழுதிக்கொண்டாள். அந்த நாளுக்காக அவள் காத்திருக்கவும் செய்தாள். அந்நாளை எதிர்நோக்கியே அவளது நாட்கள் நகர்ந்தன.

பெரியதனக்காரர் வீட்டுக்குப் போய்வருகிறவர்களிடம், தன் மகளின் கர்ப்பநிலை குறித்து விசாரிக்கச் செய்தாள். ஒரு நாள் அவளது காதினில் நல்ல பதில் வந்து விழுந்தது.

குணவதி, தோட்டத்தில் வேலை செய்யும் பெண்ணிடம், நாளைக்கு இந்நேரத்திற்கு, ஒரு தனியார் மருத்துவமனையின் பெயரைச் சொல்லி, தன் தாயை அங்கு வரச்சொல்லி செய்தி அனுப்பினாள். இந்தவொரு அழைப்புக்காகத்தான் இத்தனை நாட்கள் காத்திருந்தவளைப் போல சின்னத்தாள் துள்ளச்செய்தாள். நீண்ட நாட்களுக்குப் பிறகு மகளை வெறுங்கையோடு சந்திக்க மனமில்லாது, அவளுக்குப் பிடித்த சீடை,

பணியாரம் செய்து கட்டிக்கொண்டு அவள் சொன்ன நேரத்திற்குள் மருத்துவமனையை வந்தடைந்தாள்.

மகளின் முகமும் உடம்பும் எடுத்திருந்தது. நிறத்தால் மேலும் சற்றே வெளிர்த்திருந்தாள். நீண்ட நாட்களுக்குப் பிறகு மகளைப் பார்க்கிற பூரிப்பில் மகிழ்ச்சியில் ஆழ்ந்தாள். மகளை ஓடிச்சென்று கட்டிப்பிடித்தாள். நெற்றியில், கன்னத்தில் முத்தம் கொடுத்தாள். மகளின் கன்னத்தை உருவி, நெட்டிபறித்தாள். அவளது கைகளைப் பிடித்து கண்களில் ஒற்றிக்கொண்டாள். "நீ ரொம்ப சமத்துக்காரிதான்டி" அவளது முகவாயை உருவிக் கொஞ்சினாள்.

தாயை நீண்ட நாட்கொண்டு பார்க்கிற திகைப்பில் குணவதியின் கண்களில் ஆனந்தக் கண்ணீர் வழிந்தது. அம்மாவின் கைகளைப் பிடித்து உள்ளங்கைகளைப் பார்த்தவள், கையை கன்னத்தில் ஒற்றிக் கொண்டாள்.

சின்னத்தாளுக்கு அழுகை வந்தது. அவளது அழுகையில் ஆனந்தக் கண்ணீர் வழிந்தது. அவள் மெல்லக் கையை எடுத்து, மகளின் அடி வயிற்றைத் தடவிக் கொடுத்தாள். மகளின் வயிறு மேடு எடுத்திருந்தது.

"எத்தன மாசமடி?" கேட்டாள் சின்னத்தாள்.

"தெரியலம்மா" என்றாள் குணவதி.

"என்னடி தெரியலங்கிற. கணக்கு வச்சிக்கிறதில்லையா?" எனக் கேட்டவள், மகளின் கொடும்பை இடித்துச் சிரித்தாள். அவளது கண்கள் கலங்கச்செய்தன.

"என்ன சொல்லிட்டேனு இப்படி கலங்குறே..." இடித்த இடத்தை உருவி முத்தம் கொடுத்தாள்.

"இந்தக் குழந்த வேண்டாம்மா, கலச்சிறலாம்" என்றாள் குணவதி. இதை அவள் சொல்கையில், தொண்டைக்குழி கேவச் செய்தது.

"என்னடி சொல்றே?" தாய் பரிதவித்துக் கேட்டாள்.

"நம்ம சாதியில பொறந்து அந்தக் குடும்பத்திலே வாழ்ந்து காட்டணுமெனா நாம நிறைய இழக்க வேண்டிருக்கும்மா. என் மாமியார் இறந்தது என்னாலே தானாம். இதைச் சொல்லியே என் மாமனார் என்னை..." அதற்கும் மேல் அவளால் ஒன்றும் சொல்ல முடிந்திருக்கவில்லை. தாயை இறுக அணைத்தபடி குமுறினாள்.

சின்னத்தாளின் வயிற்றில் நெருப்பு பற்றுவதைப் போலிருந்தது. அவளது தலையைக் கருவண்டு குடைந்தெடுத்தது. அவளுக்கு என்னவோ ஒன்று புரியவந்தது. அவள் புரிந்துகொண்டதை நினைக்கையில் நெஞ்சு தாங்கியது.

மகளை இறுக்கிய பிடியை மெல்ல விலக்கி, அவளது முகத்தைப் பார்த்தபடி கேட்டாள். "இதெல்லாம் ஒன் புருசனுக்குத் தெரியுமா?" என்று. இதற்கு என்ன பதில் சொல்வதென்று அவளுக்குத் தெரியவில்லை. கைகளைப் பிசைந்துகொண்டு விதிர்விதிர்த்து நின்றாள்.

மகளின் இந்தக் கோலத்தால் சின்னத்தாளின் நெஞ்சு வெடித்து விட்டதைப் போலிருந்தது. நெஞ்சுக்கும் தொண்டைக்குமாக குமுறியவள், நாசியோடு சேர்த்து கண்களைத் துடைத்துக்கொண்டு மகளின் முகவாயை இரு கைகளால் தாங்கியபடி, "என்கூட வந்திரடி. ஒனக்கு வேற வாழ்க்க அமைச்சிக்கொடுக்கிறேன்" என்றாள்.

தாயின் மார்பில் தலை சாய்த்திருந்த குணவதி, மெல்ல தலையை எடுத்து, "நான் அந்தக் குடும்பத்துக்கு வாக்கப்பட்ட புதுச்சொத்தும்மா. என்னை அழகாக வச்சிக்கிறதும், அசிங்கப்படுத்தி பார்க்கிறதும் அவங்க கையில்தான்ம்மா இருக்கு. நான் வாழணுமெனதானே போனேன். வாழ்ந்து காட்டிறேன்ம்மா" எனச்சொல்லி அம்மாவைத் தேற்றினாள்.

மருத்துவமனையில் கர்ப்பிணிப் பெண்கள் எண்ணிக்கை கூடிக் கொண்டு வந்தது. மருத்துவமனை, டோக்கன் எண்ணோடு குணவதியின் பெயரைச் சொல்லி உள்ளே அழைத்துக்கொண்டிருந்தது.

★★★

நூலாசிரியர் குறிப்பு

அண்டனூர் சுரா (1983)

இயற்பெயர் சு.இராஜமாணிக்கம், புதுக்கோட்டை மாவட்டம் அண்டனூர் கிராமத்தில் பிறந்தவர். கணிதப் பட்டதாரி ஆசிரியராகப் பணியாற்றுகிறார். மழைக்குப் பிறகான பொழுது, திற, ஒரு நாடோடிக் கலைஞன் மீதான விசாரணை, பிராண நிறக்கனவு, எண்வலிச் சாலை, எத்திசைச் செலினும், தடுக்கை என ஏழு சிறுகதைத் தொகுப்புகள்; முத்தன் பள்ளம், அப்பல்லோ, தீவாந்திரம், அன்னமழகி என நான்கு நாவல்கள்; கொங்கை, முதல் வகுப்புப் பொதுத்தேர்வு, நீளநடுக்கோடு என மூன்று குறுநாவல்கள்; முட்டாள்களின் கீழ் உலகம், அழிபசி தீர்த்தல், சொல்லேர், இனமொழி பதில்கள், நாடிலியின் பாதக் குறிப்புகள் என ஐந்து கட்டுரைத் தொகுப்புகள் வெளியிட்டுள்ளார். இவர் பிராண நிறக்கனவு எனும் சிறுகதைத் தொகுப்பிற்காக தமிழ்நாடு அரசு விருது, அன்னமழகி எனும் நாவலுக்காக எழுத்து அறக்கட்டளையின் இரண்டு இலட்சம் ரூபாய் பரிசு பெற்றவர். கொங்கை உலகளாவிய குறுநாவல் போட்டியில் முதல் பரிசும், நீளநடுக்கோடு ஸீரோ டிகிரி பரிசும் பெற்றது. இது தவிர தமிழ்நாடு கலை இலக்கியப் பெருமன்றம் - என்.சி.பி.எச். இலக்கிய விருது, லண்டன் புதினம் விருது, சௌமா இலக்கிய விருது, நெய்வேலி பழுப்பு நிலக்கரி நிறுவனம் விருது... உட்பட பல விருதுகள் பெற்றவர்.

குரலி எனும் இந்நூல் ஆசிரியரின் எட்டாவது சிறுகதைத் தொகுப்பு மற்றும் இருபதாவது நூல்.